சிம / Sam / Fozzamonster [illegible]

Hop[illegible]

book as much I

have.

நன்றி.

from

நளினி

x

IN A TIME OF BURNING

எரிந்து கொண்டிருக்கும் நேரம்

CHERAN

IN A TIME OF BURNING
எரிந்து கொண்டிருக்கும் நேரம்

Translated by
Lakshmi Holmström

Introduced by
Sascha Ebeling

ĄrC
PUBLICATIONS
2013

Published by Arc Publications
Nanholme Mill, Shaw Wood Road, Todmorden OL14 6DA, UK
www.arcpublications.co.uk

Copyright in the poems © Cheran 2013
Translation copyright © Lakshmi Holmström 2013
Introduction copyright © Sascha Ebeling 2013
Copyright in the present edition © Arc Publications 2013

Design by Tony Ward
Printed in Great Britain by TJ International Ltd, Padstow, Cornwall

978 1906570 32 3 (pbk)
978 1906570 33 0 (hbk)

Acknowledgements

The translator wishes to thank the poet Cheran for his endless patience and good humour. It has been a privilege to work with him for many years. Her thanks also go to Sascha Ebeling for useful discussions and for his introduction to this book, and to R. Pathmanabhan Iyer for providing several images of northern Sri Lanka, and for his support in other ways. She is especially grateful to the Arc team for their encouragement throughout this project.

The publishers would like to thank Kannan Sundaram of Kalachuvadu Publications, Cheran's publisher in Tamil, for providing the Tamil texts reproduced here, and Ben Styles for his painstaking laying out of this book.

Some of the poems in this selection have appeared elsewhere: 'Amma don't weep' and 'Meeting and Parting' in Chelva Kanaganayakam (ed.) *Lutesong and Lament* (Toronto: Tsar, 2001); 'The sea' in *Wake Magazine* (Norwich: 2005); 'I could forget…' in *Modern Poetry in Translation* 3, 6 (2006) and in Ravi Shankar *et al.* (eds), *Language for a New Century* (New York: 2008); 'Amma don't weep', 'I could forget', 'Sunset' and 'Rajini' in Lakshmi Holmström *et al.* (eds), *The Rapids of a Great River* (New Delhi: Penguin, 2009); '21 May 1986' in *Exiled Ink* (Autumn / Winter 2009) and in *Talisman* (Summer / Autumn 2010); 'A Second Sunrise' and 'Apocalypse' in *Haydens Ferry Review* (Nov. 2010).

A number of these poems also appeared in *A Second Sunrise: Poems by Cheran*, edited and translated by Lakshmi Holmström and Sascha Ebeling, (New Delhi: Navayana, 2012).

Cover image: 'Vavuniya Lake' by Dr. Sivathas

LOTTERY FUNDED
Supported using public funding by
ARTS COUNCIL ENGLAND

Arc Publications 'Visible Poets' – Series Editor: Jean Boase-Beier

This book has been selected to receive financial assistance from English PEN's Writers in Translation programme supported by Bloomberg and Arts Council England. English PEN exists to promote literature and its understanding, uphold writers' freedoms around the world, campaign against the persecution and imprisonment of writers for stating their views, and promote the friendly co-operation of writers and free exchange of ideas.

Each year, a dedicated committee of professionals selects books that are translated into English from a wide variety of foreign languages. We award grants to UK publishers to help translate, promote, market and champion these titles. Our aim is to celebrate books of outstanding literary quality, which have a clear link to the PEN charter and promote free speech and intercultural understanding.

In 2011, Writers in Translation's outstanding work and contribution to diversity in the UK literary scene was recognised by Arts Council England. English PEN was awarded a threefold increase in funding to develop its support for world writing in translation.

www.englishpen.org

CONTENTS

Series Editor's Note / 9
Translator's Preface / 11
Introduction / 15

SERIES EDITOR'S NOTE

The 'Visible Poets' series was established in 2000, and sets out to challenge the view that translated poetry could or should be read without regard to the process of translation it had undergone. Since then, things have moved on. Today there is more translated poetry available and more debate on its nature, its status, and its relation to its original. We know that translated poetry is neither English poetry that has mysteriously arisen from a hidden foreign source, nor is it foreign poetry that has silently rewritten itself in English. We are more aware that translation lies at the heart of all our cultural exchange; without it, we must remain artistically and intellectually insular.

One of the aims of the series was, and still is, to enrich our poetry with the very best work that has appeared elsewhere in the world. And the poetry-reading public is now more aware than it was at the start of this century that translation cannot simply be done by anyone with two languages. The translation of poetry is a creative act, and translated poetry stands or falls on the strength of the poet-translator's art. For this reason 'Visible Poets' publishes only the work of the best translators, and gives each of them space, in a Preface, to talk about the trials and pleasures of their work.

From the start, 'Visible Poets' books have been bilingual. Many readers will not speak the languages of the original poetry but they, too, are invited to compare the look and shape of the English poems with the originals. Those who can are encouraged to read both. Translation and original are presented side-by-side because translations do not displace the originals; they shed new light on them and are in turn themselves illuminated by the presence of their source poems. By drawing the readers' attention to the act of translation itself, it is the aim of these books to make the work of both the original poets and their translators more visible.

Jean Boase-Beier

TRANSLATOR'S PREFACE

This anthology is a small selection of poems by Cheran, one of the most important poets writing in Tamil today. Cheran, a Sri Lankan by birth, began writing at a time when the ethnic conflict within the country was rapidly escalating into civil war. His poetry charts the narrative of that war of more than three decades, and its aftermath. The narrative gains poignancy because it is set against a landscape once idyllic, now devastated. Yet this is not the only narrative in his body of work. Woven through are love poems which are often, even in his earliest work, shadowed by uncertainty and loss. Yet another theme is that of displacement, exile, and the experience of diaspora. Within such a range, the translator must read each poem afresh, but also as part of a larger story.

Cheran steadfastly refused to align himself with any of the political groups within the Tamil community. This has enabled him speak out against all atrocities committed, both by the Sri Lankan army and the Tamil militants. He sees his role as chronicler and witness: the poet is often present within the frame of the poem, watching, commenting, indicting. The 'voice' in the war poems is finely judged: to reflect it is one of the challenges facing a translator. The rhetoric is often that of direct address, close to oral delivery; public and personal at the same time. Such a voice is noticeable in the elegies to friends who were killed; they are poems of personal grief, but also of communal mourning; testimonies to friendships and humanity. Many poems are records of specific events, some of them brutal in the extreme, but the specific becomes also a comment on the Sri Lankan war as a whole. Because of these complexities, Cheran's poetry is both a vivid and moving account of a particular war, whose horrors have not yet come to an end, and at the same time of profound relevance to us, our times and the world we live in.

Similar to the shifts in the voice are the shifts in pace and rhythm within the poems. Many of the early poems are lyrical, with lilting rhythms and carefully placed refrains, the sea poems echoing the rocking of waves. Yet often there will be a surprise ending, with a change of pace as well as voice. There are fine variations of pace, rhythm and tone in many of the war poems. For example, in Tamil, the first three verses of 'I Could Forget All This' (p. 53) are all part of one long sentence enacting a headlong flight along a road in Colombo full of terrible sights and scattered body-parts. The pace is equally headlong; the long sentence strings together surreal and fragmented images as they flash past. The last verse, by contrast, is one single poignant memory: the pace slows down with the conjunction *aanaal*, "but". That *aanaal* stands alone, as if the reader is invited to take a breath and start again. The intense irony with which each detail of the tragic last scene is remembered, and dwelt upon, is in stark contrast to the broken images earlier in the poem.

In his most recent work, the poems about the final events of the ethnic war, the carnage that took place in Nandikadal in the Northeast and the devastation of a land and its people, Cheran's language and images are pared down as if his earlier tropes and forms are no longer adequate to deal with so great a change. His earliest published poem, 'The Sea' (p. 27), presents an almost visionary landscape in which the poet delights. By contrast, in these recent poems, even the sea shrinks, vanishes, drains away; the land is denuded and silenced. Cheran finds a wonderful trope to suggest the endless mourning of an entire people: the ritual of *kaadaattru*, "forest-healing" or appeasement, normally observed by the kinsfolk of the dead on the third day following a cremation. But now there is no healing of the land nor its people; there is no ritual of closure, there cannot be a *kaadaattru*.

Cheran's work is at the cutting edge of modern Tamil poetry, and his is a modern sensibility. But at the same time, there are resonances and echoes which connect him to a long poetic tradition that reaches back for two thousand years.

There are many allusions and references to classical texts, almost in passing, throughout the poems. More importantly, there is a particular technique, a way of perceiving the landscape, often with the focus on a minute detail, or a single image which is at once real and symbolic. This attribute places him within an old poetics of landscape and natural imagery. Similarly, many of his war poems grow out of specific incidents and have the immediacy almost of reportage, of being aware of history in the making. At the same time, they are shadowed by the ancient elegies on dead warriors. The poet, scholar and translator, A. K. Ramanujan, recalls speaking to students at Jaffna University in 1983, and stopping, in the middle of a presentation on classical war poetry, at the thought of the recent dead. The ancient elegies, he realized, could have been written for them, now. Ramanujan writes, "...the past does not pass. It keeps providing paradigms and ironies for the present, or at least, that's the way it seems."

Lakshmi Holmström

INTRODUCTION

We read of fire everywhere in Cheran's poetry, but at the beginning there was water.[1] Cheran's earliest poems, written when he was still in his teens, reflect his continual fascination with the ocean, the singular and intriguing landscape of his childhood only a short distance from his village in the northernmost part of Sri Lanka. Together with his friends, he used to ride his bicycle to the sea shore at Keerimalai to spend the afternoons there, sitting on a bench under the huge old portia tree and chatting about anything under the sun. Or he would go to buy fish, the first catch, when the boats returned in the morning. As he himself remembers: "In the place where I was born, we had no rivers, no mountains, we only had the sea. So what defined my imagination when I grew up and when I became a writer and poet was the sea."[2] Cheran's earliest published poem, which appeared in 1977 in an issue of the avant-garde literary magazine aptly named *Alai* (The Wave) bore a simple title: 'The Sea' (p. 27). Decades later, he reflects on his long-lasting relationship with the sea in his poem 'The Sea's Story' (p. 121). To both poetry and the sea there is no end, he asserts, despite many of his verses that would suggest otherwise, his many visions of Sri Lanka's war.

Poetry was a natural form of expression for the young man, since he grew up in a house full of literature. Cheran's father T. Rudhramoorthy (1927-1971) was employed as a senior government official, but he is remembered today as one of Sri Lanka's most important modern poets and play-

---

[1] For a more detailed discussion of Cheran's life and work and a comprehensive bibliography of his writings, see my essay 'Love, War, and the Sea Again: On the Poetry of Cheran', in: Peter Schalk (ed), *The Tamils from the Past to the Present* (Uppsala: Uppsala University, and Colombo: Kumaran Book House, 2011), pp. 57-104.

[2] Interview conducted with Cheran in July 2010.

wrights, a man known to all as *Mahaakavi* (The Great Poet). Cheran would listen to the gatherings of Tamil literati in his home discussing the latest developments of literature in Tamil as well as currents in world literature. No wonder then that Cheran read avidly, studied with passion the Tamil literary classics alongside Tolstoy, Walter Scott, Melville, Pushkin, and Hermann Hesse – all in Tamil translation.

Soon Cheran's seascapes came to be pervaded by the theme of romantic love. Poems like 'A Rainy Day' (p. 23) and 'Parting' (p. 29) show the young heart searching for ways to come to terms with the mutability of relationships. To this day, Cheran's poetry has retained a space for commenting on love and passion, both found and lost. His love poems are often tender and subtle, full of the realizations of vulnerability, where the poetic self is most at danger. And it is this subtlety of feeling lost and bewildered rather than anger that shines through, even when the words seem to become harsher, as in 'What Shall I Return to You?' (p. 137).

And then, too soon, the fire started. Sri Lanka's ethnic violence, Sinhalese fighting against Tamils, became ever more palpable from the late 1970s onwards. On the night of 1 June 1981, Sinhalese policemen set the Jaffna Public Library on fire. The fire destroyed over 95,000 Tamil books including many irreplaceable treasures and palm leaf manuscripts. As the famous Tamil historian and literary critic Karthigesu Sivathamby has explained: "In the Tamil psyche, the burning of the Jaffna public library in 1981 constitutes a major symbol of what was aimed at them – the total annihilation of all their intellectual resources. [...] The burning of the library mobilized the entire population against the oppressive actions of the State."[3] Cheran captured this moment of

---

[3] K. Sivathamby, *Being a Tamil and Sri Lankan* (Colombo: Aivakam, 2005), p. 17.

cultural destruction in his poem 'A Second Sunrise' (p. 35). After the island-wide anti-Tamil pogrom of 1983, ethnic violence turned into a civil war. Poems like 'When They Shot Him Dead' (p. 37) and 'I Could Forget All This' (p. 53) record random acts of violence. The latter depicts the fate of a female worker on the tea plantations in the highlands who is raped and killed – with her children watching. The outbreak of the war is captured in the haunting lines of 'Letters From an Army Camp' (p. 41).

Since that time, Cheran's poetic oeuvre has continued to reflect Sri Lanka's political vicissitudes. As he explains: "Someone who reads my entire poetry will have a clear picture of what happened to the Tamils from 1980 up until 2010, it's a kind of snapshot. [...] It's not like a political statement, because I lived through it [...]. In a sense I am a poet as a witness, a witness to history".[4] When the war broke out, Cheran had finished a degree in Biological Sciences at Jaffna University and had begun to work as a journalist for the *Saturday Review* newspaper. In the year 1986, during the height of the war, he survived a helicopter attack, an incident that inspired his poem titled '21 May 1986' (p. 73). In 1987, the *Saturday Review* office was bombed. In the same year, Cheran left for the Netherlands and stayed there for two and a half years. During this time, he finished his Master's degree. He then went back to Jaffna, where the intervention of the Indian Peace Keeping Force (IPKF) in the war had changed the lives of many people. After moving to Colombo, he helped to start the Tamil newspaper *Sarinihar* published by the Movement for Inter-Racial Justice and Equality. When in 1993 one of the journalists disappeared, and the paper was in trouble, Cheran managed to receive a scholarship to pursue his PhD in Toronto, Canada. He has lived in Toronto ever since. From

---

[4] Interview with Cheran in 2009.

1987 until 2005, he contributed as a journalist to various newspapers and magazines such as the Tamil literary magazine *Kaalachuvadu*, the German political magazine *Südasien*, the Singapore Tamil newspaper *Tamil Murasu*, as well as to Toronto Tamil television and the BBC World Service radio. He has also written essays and stage plays in both Tamil and English. After finishing his doctoral degree, he pursued an academic career focusing on the study of ethnicity, identity, migration, and international development. He is currently a professor in the Department of Sociology at the University of Windsor in Ontario, Canada.

His life in Canada and his travels to various other countries are reflected in several of the poems here. We read of the loneliness of exile and of the many instances of racism experienced. On 26 December 2004, while visiting with his sister in Sri Lanka, Cheran survived the tsunami that hit South and Southeast Asia with devastating force. His most recent poems reflect on the final years of Sri Lanka's war, a period that many have come to see as an outright genocide of the Tamils in Sri Lanka. After the apocalypse, Cheran writes, the very sea has drained away, Tamil is without territory, and kinships have no name. On 18 May 18 2009, the Sri Lankan government officially declared the war to be over. But what does it mean for such a war to be over? Several of Cheran's poems presented here attempt to fathom the consequences. To this day the question remains open: When will there be a forest-healing?

And what of all the fire? The fire has written its message upon the clouds, as Cheran says in one of his poems. What is it that remains of this message, now that the war is over and for readers who may live thousands of miles away? Karthigesu Sivathamby put it this way: "With the sincerity of expression and the depth of the wound, Tamil poetry is truly becoming 'international', if not universal. And with writings of this nature, we are now knocking at the doors of the Hall of World Literature."[5] It is the saddest reason for a poet to find new readers, when you come to think of it. But it is a reason, nonetheless.

Sascha Ebeling

---

[5] K. Sivathamby, *Lutesong and Lament: Giving a Voice to a Generation* (Colombo: International Centre for Ethnic Studies, no date), p. 6.

IN A TIME OF BURNING
எரிந்து கொண்டிருக்கும் நேரம்

மழைநாள்

உன் நினைவில் வருகிறதா
அந்த மழைநாள்?

மஞ்சள் வெயிலில்தான் துவங்கி
மழையாகப் போய் முடிந்தது மாலை.
சைக்கிளிலே,
கொஞ்சம் விலகித்தான்
நீ வந்தாய் பக்கத்தில்
எனினும் நிழலிரண்டும் என்னவோ
சேர்ந்தபடிதான் அசைய,
வானம் இருண்டு,
வரம்புகளில்லாத ஒரு மழையில்
நிலத்தில் புழுதி செத்துப் போயிற்று.

தெருவோரச் சிறு குடிலுள்
மழைக்கு ஒதுங்கி முகம் துடைத்தபோது
கைகளும் ஈரம்

உன் நினைவில் வருகிறதா
அந்த மழை நாள்?

நீர் வழிந்து, மை ஊறி
நனைந்துபோன பாடக் குறிப்புகள்
மறுபடியும் எழுதப்படாமலே போயிற்று.

சோர்ந்துபோன மரங்கள்மீதும்
பூவரசமிலைகள் துடிதுடிக்கவும்,
பனை ஓலைகளூடாக வருகிற காற்று
அன்று கடலோடு உறைந்து போகவும்
மழை.

அருகில் நீ.
குடிலுக்குள் நசநசத்த ஈரம்
திரண்டிருந்த விசும்பு மழைக்கறுப்பில்
மின்னல்
கோடாய் எழுந்து அலைந்து அழிகிறது.

A RAINY DAY [1976]

Do you remember
that rainy day?

It began with yellow sunshine,
that evening,
and ended with rain.

You rode your bicycle beside me,
some distance apart,
but our shadows, for some reason,
moved alongside us, entwined,
as the sky darkened
and the dust died away
in the boundless rain.

We sheltered from the rain
in a hut nearby, and wiped our faces;
our hands were dripping.
Do you remember
that rainy day?

Sodden with rain, the ink running,
our lecture notes
were never to be re-written.

Hurtling through palmyra palms,
beating down the portia leaves,
the wind that day joined the very sea.
And how it rained!

You beside me,
a dampness filling the hut.
Through the dense, sobbing darkness of the rain
in a single line, lightning
wanders the sky, vanishes.

கொடிமின்னல் என்று நீ சொல்ல
வான்வெளியை நான் பார்க்கிறேன்.
கணத்துள் அது முடிய
அடுத்ததற்காய்க் காத்திருப்பாய்.
அப்போது இடி முழங்கும்.

மழைச்சாரல் தெறித்த முகத்தில்
நனைந்தபடி நீண்ட மயிரொன்று
கழுத்துவரை, ஒரு
வழி தப்பிய ஆடு.

மழை குறையத் தூற்றல் மனங்கொள்ள
மீண்டும் பயணம்
தெருவோரம்,
மனுஷப் பிசாசுகளின்
விழி விதைத்த பார்வை
அம்புகளாய்க் குத்தும்,
ஈட்டிகளாய்த் துருவும்தான்
எனினும்,
இணை கொண்ட போது
தெருவும் சிதறுகிறது.

மீண்டும் சிறு தூற்றல்
மழை முகிலின் இருள் கவிய
நானும் நீயும் சமாந்தரமாய் ...

உன் நினைவில் வருகிறதா
அந்த மழைநாள்?

A lightning-streak, you exclaim,
but it's gone when I look again.
As we wait for the next one,
thunder roars.

Upon your rain-streaked face
a single strand of wet hair
falls to your neck;
a lamb gone astray.

The rain slows to a steady drizzle;
we return to our journey
along the street.
Human devils will stare at us
their gaze falling like arrows
like spears piercing through us.
Yet the street shatters and falls away
when we are beside each other.

Once more, the drizzle;
you and I, side by side, sheltered
beneath the darkness of rain-clouds.

Do you remember
that rainy day?

கடல்

அலை எழுப்பி நுரை தள்ளும்
கரையில்
நிலம் அணைக்கக் கரம் நீட்டும்
திரைகள்

கண் தொட்ட தொலைவிருந்து
மணல் புரளும் தரைவரையும்
இளநீளத் துகில்,
அசைந்து கலையும்

சிலவேளை,
சலனமற்று
வான் நோக்கி, நிலம் நோக்கிப்
பெருவெளியாய் விரிந்தபடி

இருள் தழுவும் மாலைகளில்
தலையுயர்த்திச் சாய்ந்தாடும்
பனைமரத்து இலை போல
அலை உயரும்
இருள் தழுவ,
இருள் தழுவ
அலை உயரும்

இன்னும், சிலவேளை
ஒளிக்கதிர்கள் தெறித்தபடி
படகுகளின் துடுப்பசைவில்
நிலம் நோக்கிச் சலசலக்கும்

அலை தழுவும் கரையிருக்கும்
எனக்குள்ளும் விரிகிறது,

கடல்.

THE SEA [1977]

Against the shore
waves rise, foam-crested,
arms extending
to embrace the land.

From eye-grazing horizon
to nearest shore tumbled with sand
a pale blue veil slides,
glides, disappears.

Sometimes, utterly still,
the vast expanse spreads,
looks upward to sky,
downwards to earth.

In the darkening evening,
like palmyra palms
lifting and tossing their heads,
waves rise high,
embracing darkness.
Embracing darkness
waves rise high.

Even at such times
boats sway landward,
oars splashing,
scattering flakes of light.

Waves lap along the shore,
spreading
within me

the sea.

பிரிதல்

கொடி எங்கும் மல்லிகைப்பூ
குளமெங்கும் அல்லி மொட்டு
வேலி வரிச்சுகள் மேல்
முள் முருக்குப் பூத்திருக்கு
பார்த்தபடி நானிருக்க,
இப்படித்தான் விரியும்
வசந்தம் என்று சொன்னபடி
நீ போனாய்! அன்றைக்கு
இன்றைக்கோ,
தந்திமரக்
கொப்பில் உடல் சிலுப்பி
இறகுதிர்க்கும் குருவி ஒன்று,
உயரே உலாப் போகும்
மஞ்சு,
குளக்கரையில்
நீளக் காலூன்றி ஒரு
கொக்கு
தவமிருக்கு.

கானல் வரி

மறுபடியும்
எல்லோரும் வந்தாயிற்று.
மாமா, சித்தப்பா,
மணியக்கா,
அண்ணாந்து சாய்ந்தபடி
அப்பா கதிரைக்குள்.

சுருட்டு புகை கிளப்பும்
மார்பு மயிர்க்காட்டில்
மேய்கிற விரல்கள்.

28

PARTING [1979]

Jasmine hung in clusters upon the vine,
water-lily buds spread everywhere upon the lake,
all along the boundary hedges
the thorny ironwood had flowered.
As I stood gazing,
"This is how spring should be,"
you said, and left. That day.

Today
on the branch of a copper-leaf tree
a solitary bird shivers
ruffling its feathers,
a cloud
is set for a lifetime's wandering,
and along the shores of the lake
standing on one leg
a lone heron
practises austerities.

                                        •

A SEA-SHORE SONG [1980]

Once again
they have all assembled:
the uncles, Maama and Chitthappa,
Cousin Mani, and my father
leaning back in his chair,
fingers straying amidst
the forest of hair on his chest
while smoke from his cheroot
billows.

மறுபடியும்
காணி உறுதிகள்.
கூறைச் சேலையுடன்
உறங்கி, உறங்கி,
அதற்கும் தொற்றிய,
நப்தலீன் வாசனை.

சரசா! எனது அருமைச் சரசா!

நீ என்ன செய்வாய்?
அவர்களோ உள்ளே
உனது விலைக்குப் பேரம் பேசுவர்.

மகிழம்பூ சிந்தியிருக்கும்
தண்ணீர் ஊற்றவும்
பாலாய் நெளிகிற நிலவில்
இரவு.
குந்தியிருப்பாய் கிணற்றுக்கட்டில்
கண்களை மூடி, கற்களை எறிந்து.
குருட்டுச் சாத்திரம்
பார்த்தபடியே.

'இம்முறையேனும்...'

காத்திரு
உனக்காய் இவர்களனைவரும்
கொண்டு வருவர்
ஏழு குதிரைகள் பூட்டிய தேரில்
பொன்னிற இறகுகள்
தலையில் மினுங்கும்
'தூய க்ஷத்திரியனை'

பார்த்திரு
உனது கூந்தல் வெளுத்த
பின்பும்கூட.

Once again those promises of land.
The smell of moth-balls
which have slept too long
with the engagement sari
and infected it.

Sarasa, my beloved Sarasa!
What will you do?
As for those inside,
they will haggle over your price
for ever.

It is night now;
the moon moves like milk
or like water falling,
filled with magizhampu flowers.

You will sit by the well,
knees drawn up, eyes shut,
throwing stones into the water,
guessing at your future.

"This time, at least…"

Wait there.
These people will bring
– just for you – a 'pure Kshatriyan'
in a chariot drawn by seven horses
golden feathers glinting in his hair.

Keep watch
until your hair is white
and long after that.

எனது நிலம்

சிறகுவலை விரித்த பரவைக் கடல்
மேலே மூச்செறியும் காற்று
கடல் நடுவில்,
கலையும் தலைமயிரை
விரல்களாலழுத்தி நிமிர்கையிலெல்லாம்
கரை தெரிகிறது,
பனைமரமும் இடையிடையே ஓடுகளும்.

அலையும், எஞ்சின் இரையும் பொழுது
சிதறும் துளியும்
ஒன்றரை மணி நேரம்
எப்படி முடிந்ததாம்?

பிறகு, மணல் நிமிர்ந்த வெளி
அதனுள் புதைந்த பனைகள்,
ஒவ்வொன்றும் ஓராள் உயரமெனக்
கன்னி மணல்மீது தலைநீட்டும்
மணலோ,
கண்ணாடி விதையிட்டுச்
சூரியன் போய்க் குடியிருந்த
பொன்னின் துகள்
அதன்கீழ்
இரண்டாயிரம் ஆண்டுகள்
முன்பாக, என் முன்னோர் நடந்த
நிலப்பரப்பு.
ஒரு காலடி ஆனால்
ஓராயிரம் ஆண்டு
எம் வேர் நீண்டுள்ளது.

துயிலாது, இந்த அலைகரையில்
நின்று
விண்மீன் சிதறிக் கடலுள்
விழுகிறதைப் பார்த்திரங்கிய ஒருத்தியின்
அல்லது
தொடுவான் வெளி பிளந்து

MY LAND [1981]

Nets spread like wings across the wide sea.
Above, the fierce breath of the wind.
From the sea, looking up,
fingers pressed against your flying hair,
you can see the shore,
palmyra palms, and tiled roofs here and there.
The waves, the sea-spray
as the engine roars!
How did such an hour and a half
come to an end?

Later, the wide expanse
with palmyras planted there,
each rising to a man's height
from the virgin sands.
As for the sand,
it is all golden specks,
seeded mirrors, inhabited by the sun.
Beneath the sand, the land extends
where, two thousand years ago,
my ancestors walked.
Our roots go deep:
one footstep, a thousand years.

Upon the jewels of bare-breasted women –
one, perhaps, standing sleepless by this shore,
watching and lamenting as stars scatter
and fall into the sea –
or another, waiting for a boat
to plunge through the horizon
and come safe ashore –

கரை சேரும் நாவாய்க்குக்
காத்திருந்த இன்னொருத்தியின்
வெறும் மார்பில் புரண்ட மணி ஒன்றில்
பின்மாலை, அந்திப் பொழுது
புடமிட்ட
தென்னோலை காற்றாடும் வெளியின்
மண் மூடிய சுவடுகளில்,
என்
முன்னோர்
விட்டுப் போயுள்ளார்கள்
எனக்கொரு செய்தி

நூறுநூறாயிரம் தோள்களின்மீது
ஏறி நின்று,
எனது நிலம் என உரத்துச் சொல்கிறேன்.
ஏழு சமுத்திர வெளிகளைத் தாண்டி
அதன் மேல் எழுகிற அலைகளை மீறி
அதனைக் கொண்டு போய்,
எங்கும் ஒலிக்கிறது காற்று

'எனது நிலம்
எனது நிலம்.'

இரண்டாவது சூரிய உதயம்

அன்றைக்குக் காற்றே இல்லை;
அலைகளும் எழாது செத்துப் போயிற்று
கடல்.

மணலில் கால் புதைதல் என
நடந்து வருகையில்

or upon footsteps buried deep in the sand
one late evening, perhaps, under cover of dusk,
here where the coconut-fronds sway –
my ancestors have left me a message.
I stand on a hundred thousand shoulders
and proclaim aloud: This is my land.
Across the seven seas,
overcoming the rising waves,
the wind shouts it everywhere:

My land
My land.

A SECOND SUNRISE [1981]

No wind that day;
even the sea was dead,
no waves rising.

As I walked along,
feet burrowing deep in the sand,

மறுபடியும் ஒரு சூரிய உதயம்.

இம்முறை தெற்கிலே

என்ன நிகழ்ந்தது?
எனது நகரம் எரிக்கப்பட்டது;
எனது மக்கள் முகங்களை இழந்தனர்,
எனது நிலம், எனது காற்று
எல்லாவற்றிலும்
அந்நியப் பதிவு.

கைகளைப் பின்புறம் இறுகக் கட்டி
யாருக்காகக் காத்திருந்தீர்கள்?
முகில்களின்மீது
நெருப்பு,
தன் சேதியை எழுதியாயிற்று
இனியும் யார் காத்துள்ளனர்?

சாம்பல் பூத்த தெருக்களிலிருந்து
எழுந்து வருக.

அவர்கள் அவனைச் சுட்டுக் கொன்றபோது

அவர்கள் அவனைச்
சுட்டுக் கொன்றபோது
எல்லோருமே பார்த்துக்கொண்டு
நின்றார்கள்
இன்னும் சரியாகச் சொல்வதானால்
அவன் சுடப்படுவதைக் காண்பதற்காகவே
அவர்கள் நின்றனர்

I saw another sunrise.
In the south, this time.

What happened?
My town was set on fire,
my people lost their faces;
upon our land,
upon the wind that blows upon it,
an alien stamp.

Who were you waiting for,
your hands tied behind your backs?
The fire has written its message
upon the clouds.
Who waits, even now?
From the streets upon which
the embers still bloom,
rise, march forward.

WHEN THEY SHOT HIM DEAD [1983]

When they shot him dead
everyone stood around, watching.
To tell the tale more truthfully,
they stood about
for the sole purpose of watching him
shot dead:

அவனுடைய வீட்டைக்
கொளுத்த வந்தவர்கள்,
பெட்டிக் கடையில்
பாண் வாங்கவந்த இரண்டு கிழவிகள்
கையில் கற்களுடன்
ஏராளமான சிறுவர்கள்
மற்றும்,
அன்று வேலைக்குப் போகாத
மனிதர்கள், பெண்கள்
இவர்கள் அனைவரின் முன்னிலையில்
நிதானமாக
அவன் இறந்துபோனான்.
அவன் செய்ததெல்லாம்
அதிகமாக ஒன்றுமில்லை;
அவனுடைய வீட்டிலும்
அதிகமாக ஒன்றும் இருந்ததில்லை.
ஆனால்,
தமிழர்களுடைய வீட்டைக் கொள்ளையிடுவதை
யார்தான் தடுக்க முடிகிறது?
அன்று காலையும் அதுதான் நடந்தது.

ஐம்பது பேர்,
அவனுடைய வீட்டை உடைக்க வந்தனர்.
வனத் திணைக்கள அதிகாரியான
அவனுடைய அப்பாவின் துவக்கு
நீண்ட காலமாய்
முன்னறைப் பரணின் மேலே இருந்தது.
துவக்கை இயக்க அவனும் அறிவான்.

கொள்ளையடிக்க வந்த
சிங்களவர்மீது துவக்கால் சுடுவதைப்
புத்தர்கூட அனுமதிக்க மாட்டார்
என்பதை
அரசு அறியும்
அமைச்சர்கள் அறிவார்
அவன் எப்படி அறிவான்?

38

those who came
to set fire to his house,
two old ladies buying betel leaves
from the local kiosk,
any number of small boys
with stones clutched in their hands,
men and women
who didn't go to work that day.

In front of all these spectators
he died
quietly.

What he did was nothing much.
There wasn't a lot
in his house, either.

But
who can prevent
the looting of Tamil houses?
That was all that happened
that morning.

Fifty people came
to break down his house.
His father was an official
in the forestry department;
his gun stored in the loft
for many years.
He knew well enough how to use it.

The Buddha himself would not permit
the shooting of Sinhala soldiers:
the government knew this,
the ministers knew this.
But how was he to know?

ராணுவம், கடற்படை, விமானப்படை
என,
எல்லோருமாக முற்றுகையிட்டு
அவனுடைய வீடு எரிந்துவருகிற
புகையின் பின்னணியில்
அவனைக் கொல்வதற்கு முன்,

அவன் செய்ததெல்லாம்
அதிகம் ஒன்றுமில்லை
இரண்டு குண்டுகள்
ஒன்று ஆகாயத்திற்கு
அடுத்தது பூமிக்கு.

ராணுவ முகாமிலிருந்து கடிதங்கள்

1

அன்பே நந்தா,

இன்று காலைதான் வந்துசேர்ந்தோம்.
பிரச்சினை இல்லை.
மடியில்
ரைஃபிளை இறுகப் பற்றியிருந்ததில்
தூக்கமுமில்லை.
கனவுகள்;
மிகவும் பயங்கரம்
திடீரென விழிப்பு.

ரயில் நிலையத்தில்
நீயும் மாமியும் அழுத அழுகையில்
நானுமே பயந்தேன்.
ஆனால்,

Before they all turned up
– army, navy and air force –
laid siege to the house
and shot him against the background
of the rising smoke-plumes,

before all that happened,
what he did was nothing much:
two bullets,
one fired into the air,
the other into the earth.

LETTERS FROM AN ARMY CAMP [1983]

1

Dearest Nanda,

Arrived just this morning,
with no problems at all.
Couldn't sleep
for clutching the rifle
tightly on my lap.
Frightful nightmare;
woke up with a start.

At the station
when you and your mother wept
I was scared, too.
But, just as everyone reassured me,

அனைவரும் எனக்குச் சொன்னதுபோல
வடக்கு
அப்படி ஒன்றும் பயங்கரமாகத்
தெரியவில்லை.
எங்கும் போலவே
கடைகள், தெருக்கள்,
வாகன நெரிசல்.
மனிதர்கள்தான் எமைப் பார்ப்பதேயில்லை.
தற்செயலாகப் பார்க்கிறபோதும்
அவர்கள் எல்லோரது கண்களினூடும்

ஏதோ ஒன்று

இனம் புரியாத ஓர் உணர்வு
என்னவாயிருக்கும் அது
என எனக்குப் புரியவே இல்லை.

நாங்கள் தனித் தனியாகச்
செல்வது இயலாது என்பதை
நீ அறிவாய் அல்லவா?
இரண்டு கவச வாகனங்கள்,
வேறும் ஜீப்புகள் இரண்டு,
அல்லது மூன்று,
ட்ரக் ஒன்று
இவற்றில் குறைந்தது
ஐம்பது பேராவது ஒன்றாய்ச் செல்வோம்.
அது,
உண்மையிலேயே ஒரு
அணிவகுப்புத்தான்
சுதந்திர தின விழாவில்
பார்த்திருப்பாயே
அப்படித்தான்.
ஆனால், ஒரேயொரு வித்தியாசம்:
சுதந்திர தினத்து அணிவகுப்பில்
எங்களுக்கு சுதந்திரம் இருந்தது

the north
doesn't seem so frightening, after all.
Just the same shops, streets,
traffic-jams as elsewhere.

Only, the people never look at us.
Even if our eyes meet by chance,
there's something odd
in that stare –
an emotion I can't place.

Can't make it out.

You know, don't you,
it isn't possible
for us to travel singly.
We are a battalion of about fifty
in two armoured tanks,
two – or maybe three – jeeps
and a truck, besides.
Actually, it's like a parade,
just like the one you saw
on Independence Day.

There's one difference, though –
at the Independence Day parade
we were free, our guns empty.

துப்பாக்கிகளுக்கு குண்டுகள் இல்லை.
இங்கோ,
துப்பாக்கிகளுக்கு வேண்டுமான அளவு
குண்டுகள்;
ஆனால், சுதந்திரம் இல்லை

2

இன்று முழுவதும் மிகுந்த அலைச்சல்
பனை மரங்களூடாக வளைந்து வளைந்து
செல்லும் தெருக்களில்
(அவை மிக மோசம்)
கவச வாகனம் குலுங்கக் குலுங்க
இடுப்பு எலும்பெல்லாம்
பிறகு ஒரே வலி.

மத்தியானம்
வயல்வெளிகளுக்கு நடுவிலிருந்த
ஒரு கிராமத்தில்
மூன்று கொழுத்த ஆடுகள் சுட்டோம்.
இளைஞர்கள் இல்லை;
பெண்கள் ஓடி ஒளிந்துகொண்டார்கள்.
முகாமுக்கு மீள்கிற பாதிவழியில்
மேஜருக்குரிய சிகரெட் வாங்க
மறந்துபோனதை
ஒருவன் ஞாபகப்படுத்தவும்,
பிறகென்ன?
அணிவகுப்பாக அவ்வளவு பேரும்
நகருக்குத் திரும்ப நேர்ந்தது

Now, though,
the guns have any number of bullets,
but we are not free.

2

Today was hectic, always on the move
along the roads (which are dreadful)
winding through palmyra palms,
the armoured vehicles jolting.
Later, all my bones ached.

At mid-day,
in a village surrounded by fields,
we shot three fat goats.
There were no young men about,
the women were all in hiding.
Half-way on our return to camp
one of us remembered
we hadn't bought the Major's cigarettes.
What next?
The entire convoy turned around
heading for the town again.

3

இன்று,
எதிரிவீரவும், சந்திரசிறியும்
மூன்று தமிழரைச் சுட்டுக் கொன்றனர்.
'நெருக்கடி மிகுந்த தெருவில்
திடீரென இவர்கள் ஓடிச் சென்றதால்,
கலவரமுற்றுச் சுட்டுவிட்டேன்'
என்று சந்திர சொன்னான்; பிறகு,
விசாரணையின்றியே
இரண்டு பேரையும்
கொழும்புக்கு அனுப்பினர்
இடமாற்றம்தான்.
(கொடுத்து வைத்தவர்கள்)
    ...

யாரையாவது சுட்டால்
அல்லது
சனங்கள்மீது தாக்குதல் நிகழ்த்தினால்
வீடுகளைப் பற்றவைத்தால்
உடனடியாக மாற்றம் கிடைக்கிறது(?)
    ...

நேற்றும் ஐந்து பேர்
உடனடியாக மாற்றம்பெற்றனர்.
நான் வந்ததிலிருந்து
மொத்தமாக ஐம்பது பேராவது
திரும்பி விட்டனர்;
எப்போது எனக்கு மாற்றம் வருமோ
நான் அறியேன்.

3

Today
Edirweera and Chandrasiri
shot and killed three Tamils.
Chandrasiri said,
"They started to run, suddenly
in the midst of a crowded street.
It worried me. I shot them."

Soon after,
without any sort of inquiry
the two were sent back to Colombo
on transfer.
(Lucky fellows!)
        …

If you shoot someone,
lead a skirmish,
or set fire to their homes,
you get an immediate transfer.
        …

Yesterday too, five others
received an immediate transfer.
Since I arrived here
at least fifty of us have gone home.
When will it be my turn?
I wish I knew.

4

இன்றும் புதிதாக நூறு பேர்
எங்கள் முகாமுக்கு வந்தனர்
சின்னப் பயல்கள்;
மீசைகூட அரும்புதான்.
இயந்திரத் துவக்கை இயக்குவதிலோ
திறமையும் குறைவு ...

இப்போதெல்லாம்
பகலில் அலைந்து திரிந்த பின்னரும்
இரவில் தூக்கம் பிடிப்பதேயில்லை.
நீண்ட நாளாயிற்று
உன்னை நேரே பார்த்து.
விடுமுறை என்பது நினைக்கவே
இயலாதது ...

5

நேற்று இரவு
எமது பிரிவின் பதின்மூன்றுபேரை
`அவர்கள்' கொன்றனர்
குறி பிசகாத குண்டுவெடிப்பின் பின்
சுற்றி வளைத்தன இயந்திரத் துவக்குகள்.
நாங்கள்
எவருமே இதனை எதிர்பார்க்கவில்லை.
தலைமை முகாமுடன் வானொலித் தொடர்பு
இடையறாமல் இருந்தும்,
இருட்டினுள் யமனின்
இருப்பை மீற
ஒன்றுமே இயலாது போயிருக்க வேண்டும்.

அடுத்தநாட் காலை
எந்தத் தெருவிலும் சனங்கள் இல்லை;
கடைகள் இல்லை.
அர்த்தம் தெரியாமல் ஓர் அமைதி
என்ன தேசம் இது?

48

4

Today a hundred new recruits
arrived at our camp.
Young fellows
moustaches just sprouting,
lacking even the wit
to handle machine guns.

These days
having roamed about all day
I never get to sleep at night.
It's been too long
since I saw you face to face.
Can't even think of a holiday.

5

Last night
'they' shot and killed
thirteen of our battalion.
After that deadly accurate bomb exploded,
their machine guns surrounded us.
None of us expected this.
Although we never lost radio contact
with headquarters,
we couldn't stop Yama
from entering into our camp.

The next morning
there was no one about in the streets,
no shops open.
An incomprehensible eerie silence.
What sort of people are these?

இப்போதெல்லாம்
இரவு மிகவும் கொடூரம் மிக்கது.
நிலவொளி படர்கையில்
நிழல்கள் அசைவதும்
பெயர் தெரியாத பறவைகள்
திடீரென அலறுவதும்
பகல் வரும்வரையில் நரகம்தான்.
    …

அப்புறம்,
உடனடியாக மாற்றம் கேட்ட
எமது பிரிவு நேற்றுத் தெருவில்
இறங்கிற்று
எத்தனை பேரைச் சுட்டுத் தீர்த்தது
என்ற விப்ரம் சரியாகத் தெரியாது.
ஐம்பது அல்லது அறுபது என்று
மேஜர் நினைக்கிறார்.

6

அன்பே நந்தா
ஒரு வழியாக எல்லாம் முடிந்தது
நாளை எனக்கு இடமாற்றம்
கடவுளுக்கு நன்றி.
இன்று கடைசித் தடவையாக
நகருக்குச் சென்றேன்
அப்படி ஒன்றும் பயங்கரமாகத்
தெரியவில்லை.
முன்பு போலவே கடைகள், தெருக்கள்
ஆனால், மனிதர்கள்தான்
முன்பு போலவும்
எம்மைப் பார்ப்பதேயில்லை.

50

Now
our nights are full of horror.
As moonlight spreads,
shadows move
and nameless birds shriek,
suddenly;
truly it's hell until daybreak.
     …

After that,
having requested an immediate transfer,
our battalion descended on their streets.
I can't say exactly
how many were shot and killed.
Major thinks fifty or sixty.

6

Dearest Nanda,
Its all over. At last.
Tomorrow I get my transfer,
thank god.
Today I went into town
for a last time.
It didn't seem to be
so frightening.
The shops, the streets
were just as before.
Only the people, as before,
never look at us.

எல்லாவற்றையும் மறந்துவிடலாம்

எல்லாவற்றையும் மறந்துவிடலாம்
இந்தப் பாழும் உயிரை
அநாதரவாக இழப்பதை வெறுத்து
ஒருகணப் பொறியில் தெறித்த
நம்பிக்கையோடு
காலி வீதியில்
திசைகளும், திசைகளோடு இதயமும்
குலுங்க விரைந்தபோது,

கவிழ்க்கப்பட்டு எரிந்த காரில்
வெளியே தெரிந்த தொடை எலும்பை,
ஆகாயத்திற்கும் பூமிக்குமிடையில்
எங்கோ ஒரு புள்ளியில் நிலைத்து
இறுகிப்போன ஒரு விழியை,
விழியே இல்லாமல், விழியின் குழிக்குள்
உறைந்திருந்த குருதியை,
'டிக்மண்ட்ஸ்' ரோட்டில்
தலைக் கறுப்புகளுக்குப் பதில்
இரத்தச் சிவப்பில் பிளந்து கிடந்த
ஆறு மனிதர்களை,
தீயில் கருகத் தவறிய
ஒரு சேலைத் துண்டை,
துணையிழந்து,
மணிக்கூடும் இல்லாமல்
தனித்துப்போய்க் கிடந்த
ஒரு இடது கையை,
எரிந்துகொண்டிருக்கும் வீட்டிலிருந்து
தொட்டில் ஒன்றைச்
சுமக்க முடியாமல் சுமந்துபோன
ஒரு சிங்களக் கர்ப்பிணிப் பெண்ணை

I COULD FORGET ALL THIS [1983]

I could forget all this
forget the flight
headlong through Galle Road
clutching an instant's spark of hope,
refusing to abandon this wretched
vulnerable life
even though the very earth shuddered
– and so too, my heart –

forget the sight
of a thigh-bone protruding
from an upturned, burnt-out car

a single eye fixed in its staring
somewhere between earth and sky

empty of its eye
a socket, caked in blood

on Dickman's Road, six men dead
heads split open
black hair turned red

a fragment of a sari
that escaped burning

bereft of its partner
a lone left hand
the wristwatch wrenched off

a Sinhala woman, pregnant,
bearing, unbearably,
a cradle from a burning house

எல்லாவற்றையும்,
எல்லாவற்றையுமே மறந்துவிடலாம்

ஆனால்
உன் குழந்தைகளை ஒளித்துவைத்த
தேயிலைச் செடிகளின் மேல்
முகில்களும் இறங்கி மறைத்த
அந்தப் பின்மாலையில்
நீண்ட நாட்களுக்குப் பிறகு கிடைத்த
கொஞ்ச அரிசியைப் பானையிலிட்டுச்
சோறு பொங்கும் என்று
ஒளிந்தபடி காத்திருந்தபோது
பிடுங்கி எறிபட்ட என் பெண்ணே,
உடைந்த பானையையும்
நிலத்தில் சிதறி
உலர்ந்த சோற்றையும்
நான் எப்படி மறக்க?

நாங்கள் எதை இழந்தோம்?

நாங்கள் எதை இழந்தோம்?
நம் இனிய நண்பனே.
நடுத்தெருவில் சுட்டெரித்து
நாய்கள் நிணம் புசிக்கச்
செம்மணியில் வீசுதற்கா
திருமலையில் தொட்டிலிட்டு
உன்னை ஈழமகள்
பெற்றெடுத்தாள்?
காலனது காலடிகள்
காற்றதிரப் பதிவதற்கா

I could forget all this
forget it all, forget everything.

But you, my girl,
snatched up and flung away
one late afternoon
as you waited in secret
while the handful of rice
– found after so many days –
cooked in its pot,
your children hidden beneath the tea bushes
low-lying clouds shielding them above –
how shall I forget the broken shards
and the scattered rice
lying parched upon the earth?

WHAT HAVE WE LOST? [1984]

In memory of Ketheeswaran

What have we lost,
my dear friend?

Did a daughter of Eelam
give you birth
and cradle you in Trincomalee
only for you to be shot dead and burnt in the street,
your remains tossed into a hole in Chemmani
for dogs to feast on?

Did the goddess draw water
and make *kolams* upon the spreading sands

காலமகள் நீரெடுத்துக்
கோலமிட்டாள் மணற்பரப்பில்?
நெற்கதிரே,
நீள்விசும்பே,
நெஞ்சு இரங்காச் சூரியனே,
புல்லின் இதழ் நுனியில்
பூத்திருக்கும் பனித்துளியே,
நீங்கள் அறிவீர்களா
எம் நெஞ்சுறையும் சோகத்தை?
எம் செந்நீரின் சரித்திரங்கள்
திசை எங்கும் சேதி சொல்ல
காற்றில் கலந்துவிட்ட
சாம்பல் துகள்களிலே
பயணம் தொடர்ந்த கதை
யார்தான் அறியவில்லை?
எங்கள் இளந் தோழா!
அப்பாவி மக்களின்மேல்
மட்டுமே மறுபடியும்
துப்பாக்கி சுடத் தெரிந்த
'வீரமிலா நாய்'களது
வெறித்தனத்தில் உயிரிழந்தாய்
நீள் தொலைவில்
பைன் மரத்துக் காடுகளில்
பனி உறையும் குளிர் இரவில்
முன்னர் உனை நேசித்த
பெண்ணவளின் கண் கலங்கும்.

வாழ்க்கை அன்று தீர்த்துவைக்க
முடியாத ஒரு வழக்கை
மரணம் இன்று
முடித்துவைத்த
துயர்க் கதைக்குச் சாட்சியில்லை,
துயரங்களும் முடிவதில்லை.

only for Death
to plant his footsteps there?

Oh, paddy sheaves,
chequered fields,
merciless Sun,
dewdrops blossoming
on blades of grass,

do you understand
our heart-freezing sorrow?
How else will you proclaim everywhere
our histories written in blood?

Who doesn't know
the story that was carried
by the flecks of ash
borne by the wind?

Our young friend,
you lost your life because of the frenzy
of dishonourable dogs
who only know how to shoot
again and again
at our helpless people.

Far away, among pine forests,
in the cold freezing night,
the woman who once loved you
will weep.

Today Death put an end
to a quarrel
Life could not solve.
No witnesses to this tragic tale,
no end to tragedies.

உனை அவளும் இழந்தாள்,

நாங்கள் எதை இழந்தோம்?
உன் உயிரை, உனைப்போல
இன்னும் பல உயிரை.

ஆனால்,
நம்பிக்கைகளை
நாங்கள் இழக்கிலோம்.
நமது கடமையை
நாங்கள் இழக்கிலோம்
நமது நாட்டையும்
ஒருபோதும் நாம் இழக்கோம்!

அது போதும் உனக்கு.

காற்றாகி நில்
கடலாகி அலை வீசு
போரிடும் நம் தோழர்களின்
வேட்டொலிக்குப் புறங்காட்டித்
தோற்றோடும் ராணுவத்தின்
அவலக் குரல்களின்மேல்
உனதும், உனைப் போன்ற
ஏராளம் மக்களதும்
நினைவுக்குச் சாசனத்தை
இந் நிலத்தில் நாம் பொறிப்போம்!
(நண்பன் கேதீஸ்வரன் நினைவுக்கு)

58

So she lost you.

And what have we lost?
Your life, and like yours,
so many lives.

Yet,
we have not lost our beliefs,
we have not forsaken our duty;
we will never forsake our land.

That will be enough for you.

Stand for us within the wind.
Be the sea and its waves.
When the army turns tail and runs,
chased by the raised voices of our comrades,
upon their laments we will inscribe
a memorial for you, and thousands like you
in this land.

ஒரு சிங்களத் தோழிக்கு எழுதியது

நெல் விதைப்பதற்குப் பதிலாகத்
துப்பாக்கி ரவைகளையே விதைக்கும்
எங்கோ ஒரு கண்காணாத தொலைவில்,
பாதி மாடிவீடுகளாகவும்
பாதி 'பயங்கரவாதி' களாகவும்
நிறைந்திருப்பதாகச் சொல்லக் கேட்ட
ஓர் இடத்தில் இருந்து வந்த
சாதாரண மனிதனான என்னைச்
சந்தித்த அதிர்ச்சியிலிருந்து
நீங்களும்
உங்கள் நண்பர் குழுவும்
விடுபட
நீண்டநாளாகாது.

மண் கலங்க ஓர் நிறமும்,
மண்ணோடு நீர் கலங்க
நீரில் நிழல் விரிக்கும் மேகங்களால்
ஓர் நிறமும்,
மின்னுவதற்கென்றே
நிலவின் திரை நூலிழையில்
போர்வையிட்ட
பாலாவி நீர்ப்பரப்பின்
படித்துறையில்,
அருகமர்ந்து
இனிய குரலில்
உங்கள் சிங்களப் பாடலைக்
கேட்கிறபோது
நான் மனம் கிளர்ந்தேன்.

முன்னர் ஒருதரம்,
அப்போது நான் சிறுவன்;
மாகோ ரயில் நிலையத்தில்
மட்டக்களப்பு ரயிலுக்காகக்
காத்திருக்கையில்,
அப்பாவோடு

60

A LETTER TO A SINHALA FRIEND [1984]

It will not take many days
for you
and your friends
to recover from the shock
of meeting me, an ordinary man,
from an unseen and distant land
where, you had heard,
we sow lead-shots from guns
instead of seeds; a place
half full of two-storey houses,
half full of terrorists.

As we sat side by side
on the steps leading down
to the milky stretch of water
covered in glinting fine threads,
shreds of the moon's curtain –
water that changed colour when its
muddy depths were stirred
and changed again with the shadows
of passing clouds –
my heart melted
when you sang a Sinhala song
in your sweet voice.

Once long ago –
I was a small boy then –
waiting at the Maho station
for the Batticaloa train,

தண்டவாளத்தில் கொஞ்சநேரம்
நீள நடந்தபோது.
நடு இரவு;
மெல்லிய குரலில்
ஓர் தாலாட்டுப் பாடல்
காற்றில் அனுங்கிற்று,
குழந்தையின் அழுகுரல் இடை
அம் மெல்லிய குரலின் அதிர்வு
அவ்விரவு,
எனது மனதை நெகிழ்த்திற்று
நான் துயருற்றேன்.

இன்றும்,
மெல்லிய துயர்
எனைச் சூழ்ந்தது.

ஆடியிலே தூங்கும்வரை
ஓயாத பெருங்காற்று;
ஓயாத பெருங்காற்றில்
உதிர்கின்ற பொன்னொச்சிப்
பூக்களையும்,
நெடுந்தோகை மயில்
தனது நடையின் திசைமாற்றத்
தடுமாறும் கணங்களையும்
புன்சிரிப்போடு
பார்த்து ரசிக்கப்
புரியாத மொழி நம்மைத்
தொலைவிலா வைத்தது?

உங்களுக்கு விருப்பம்
என்பதற்காக
என்னால் ஒரு மயிலிறகாவது
பறித்துத் தர முடியவில்லை
முன்னிரவில்
புல் வழியில்

I walked with my father for a while,
some distance along the railway lines.

Midnight.
The quiet sound of a lullaby
murmured through the wind.
The shock of that gentle sound
intercepting the baby's cries
struck my heart that night
with sudden sadness.

Today too
I am enveloped by
a fine grief.

Did our different languages, after all,
put such distance between us
that we could not smile together,
nor savour
the beauty of falling ponnocchi flowers
blown down by the tumultuous Aadi winds,
nor those sudden moments of hesitation
when the long-tailed peacock
stopped and turned around in its stately walk?

I could not pluck for you
the single peacock feather you desired
nor, in the early hours of the night,
accompany you, as you wished,
across the moonlit grass.

முழு நிலவில் நடந்துபோக
நீங்கள் விரும்பிய போதும்
என்னால் துணைவர முடிந்ததில்லை.

மெல்லிய ஏமாற்றங்களை மறக்க
உங்கள் கண்களுக்கு முடியவில்லை.
உங்கள் மெல்லிய நேசத்தை மறக்க
எனக்கும் முடியவில்லை.

இயற்கையின் கழுத்தை நெரிக்காமல்
பூக்களை மலரவிட்டுப்
புற்களைப் பூக்கவிட்டுப்
போய்விட்டோம்.

நீங்கள் தெற்காக
நானோ வடக்காக
மலைத் தொடரின் மாபெரிய
மரங்களுக்கு மேலாகக்
குளிர்காற்று இறங்கிவரும்
இளங்காலைப் பொழுதில்
பல் துலக்கும்போது
பயிலும் சிறுநடையில்,
மாந்தையில்
மூடுண்ட நகரை மீட்க முயலும்
ஆய்வு வேலையில்
கொஞ்சநாள் இணைந்ததை
நீங்கள் நினைப்பீர்கள்.

உங்களுடைய மக்களுக்குச்
சொல்லுங்கள்:
இங்கும் பூக்கள் மலர்கின்றன.
புற்கள் வாழ்கின்றன.
பறவைகள் பறக்கின்றன.

Your eyes could not hide
these small disappointments,
nor can I
forget your gentle affection.
We went our ways without maiming Nature,
leaving the flowers to blossom
and the grass to flourish

you to the south
and I to the north.

At daybreak, when
the cool breeze climbs down
from the huge trees
along the mountain ranges,
as you take your walk
brushing your teeth,
you will remember the days
when we worked together
excavating an ancient city at Maanthai,
and our brief friendship.

Tell your people
here, too, flowers bloom,
grass grows,
birds fly.

அம்மா அழாதே

அம்மா அழாதே
நமது துயரைச் சுமக்க மலைகள் இல்லை
உனது கண்ணீர் கரையவும்
ஆறுகள் இல்லை.

தோளிலே தாங்கிய குழந்தையை
உன்னிடம் தந்ததும்
வெடித்தது துவக்கு.

புழுதியில் விழுந்த உன் தாலியின்மீது
குருதி படிந்தது.

சிதறிய குண்டின் அனல் வெப்பத்தில்
உன் வண்ணக்கனவுகள் உலர்ந்தன.

நின் காற்சிலம்பிடை இருந்து தெறித்தது
முத்துக்கள் அல்ல,
மணிகளும் அல்ல
குருதி என்பதை உணர்கிற பாண்டியன்
இங்கு இல்லை.

துயிலா இரவுகளில்
'அப்பா' என்று அலறித் துடிக்கிற
சின்ன மழலைக்கு
என்னதான் சொல்வாய்?

உலவித் திரிந்து நிலவைக் காட்டி
மார்பில் தாங்கி
'அப்பா கடவுளிடம் போனார்'
என்று சொல்லாதே

துயரம் தொடர்ந்த வகையைச் சொல்
குருதி படிந்த கதையைச் சொல்
கொடுமைகள் அழியப்
போரிடச் சொல்.

AMMA, DON'T WEEP [1985]

Amma, don't weep.
There are no mountains to shoulder your sorrow,
there are no rivers
to dissolve your tears.

The instant he handed you
the baby from his shoulder,
the gun fired.

Blood spread on your *tali*
lying there in the dust.

In the heat of the splintering shell
all your bright dreams withered.

Spurting from your anklet
were neither pearls
nor rubies:
there is no longer a Pandyan king
to recognize blood-guilt.

On sleepless nights
when your little boy stirs restlessly
screaming out, "Appa,"
what will you say?
When you pace the night, showing him the moon
and soothing him against your breast,
don't say,
"Appa is with God."

Tell him this sorrow continues,
tell him the story of the spreading blood,
tell him to wage war
to end these cruelties.

எல்லோரையும் போல் அந்த நேரத்தில் நீ அழவில்லை

முன்மாலை

கொஞ்சநேரம் வெயில் இருந்தது
பிறகு இல்லை
நண்பர்கள் வரும்வரை
விமான நிலைய முன்றிலில் அமர்ந்துள்ளோம்
ஒரு சிறுமழை
திடீரென்று உரசிக் கொண்டு போயிற்று
இடையிடை வருகிற மென்காற்றில்
இதயத்துடிப்பென அதிர்கிற
மணிவாழை இலையிலிருந்து
விரல்களை எடுத்து எனது கைகளில் தருகிறாய்
விரல்களும் பேச மறந்தன

நான்கு வருடங்கள்
இன்று பிரியுமுன்
எல்லோரையும் போல அந்த நேரத்தில் நீ அழவில்லை
அழமாட்டாய் என்பதும்
முன்னரே தெரியும்
இறுதியாகச் சொல்லக்கூடிய
வார்த்தைகள் எவையோ
அவற்றையும்கூட நீ சொல்லவில்லை

முத்தமிட்டுக் கொள்ளவோ
மார்பில் முகம் புதைத்துக் கொள்ளவோ
அன்றித்
தோளில் தலைசாய்த்துக் கொள்ளவோ
சாத்தியம் ஏதும் இல்லை
இறுகப் பற்றிய விரல்கள்
அவற்றையும் விலக்கி
என்மீது துயரத்திரையை அவிழ்த்துவிட்டு
நீண்டு செல்கிற விறாந்தையின் வழி
மெல்லச் சென்று மறைகிறாய்

YOU DIDN'T WEEP THAT DAY [1985]

Early evening.

The sun shone for a while,
then died away.
We sat at the entrance of the airport
waiting for the others.
A sudden drizzle beat against us,
then went its way.
You withdrew your hold
of the manivaazhai tree
whose leaves throbbed like heart-beats
as the breeze came and went
and put your hands in mine.
Even your fingers had forgotten to speak.

Four years ago, today.

You didn't cry like the others
when we parted,
and I knew you would not.
Nor did you speak any words
appropriate to a farewell.

There was no possibility
of our kissing each other,
you could not bury your face in my chest
nor lay your head on my shoulder.
You took away the hand I held so tight,
dropped a curtain of grief over me,
walked away along the long veranda
and vanished.

நான்கு வருடங்கள்

பனிபடர் காலையில்
மல்லிகை உதிரும் தெரு வழி போகையில்
உன் இருமல் கேட்டு
நின்ற நினைவு
முடிவிலி வரையில்
சமாந்தரம் கொள்ளும்
தண்டவாளங்களில்
நம் சமாந்தரம்

மாலைச் சிவப்பில்
மெல்லிய மேகம் தொடர்ந்து பரவ
மணலில் உன் மடியில்,
காது மடலில் சுருள்கிற மயிரில்,
கண்களின் துயர இழையில்,
துவளும் உன் உடலில்,
உயர்த்திய குரலில்,
உன் விழிகள் மயங்கவும்,
கரங்கள் துடித்து என் முதுகை இறுக்கும்
உன்னத கணங்களில்

இருத்தலென்றால் இவற்றில்தான்

இப்போதோ நான்
பனியில் தனித்த அசோக மரம்
கச்சாய் நெடு வெளியின் நடுவில்
தனித்திருக்கும் ஒற்றைப் பனை.

Four years.

Once, on a dewy morning
walking along the jasmine-strewn street
I stopped short, hearing you cough:
that memory will last to eternity
like the parallel lines
of our lives.

If I lived at all, it was in those moments:
when the thin clouds spread gradually
into the evening's redness
and I lay on the sand, my head in your lap,
the hair curling about your earlobes,
a trace of sadness in your eyes,
your body yielding, your voice calling,
your eyelids closing,
your trembling hands tightening
about my shoulders.
In those perfect moments.

But now I stand in the cold
in the middle of a long landscape:
a lone palmyra tree.

21 மே 1986

நடு இரவில் வீடு எரிகிறது
நீ பார்த்துக் கொண்டிருக்கும் போதே
உனது மனைவியைக்
கத்தியால் குத்துகிறார்கள்
குண்டுவீச்சு விமானங்கள்
நிலைக்குத்தாய் வீழ்ந்து கிளம்புகையில்
சூரிய ஒளி பட்டுத் தெறிக்கக்
குண்டுகள் வீழ்கின்றன
எல்லாத் திசைகளிலும்
குழந்தைகள் அழுகிறார்கள்
பதுங்குகுழிக்குள் இறங்குகிற அவசரத்தில்
விழுந்து உடைந்த மூக்குக்கண்ணாடியைப் பற்றியே
அம்மம்மா இப்போதும் முணுமுணுக்கிறாள்
என்னிடமிருந்து இரத்தம்
பெற்றுக் கொள்வதற்கில்லை என்று
பணிவுடன் சொல்கிறார்
இரத்த வங்கிப் பொறுப்பாளர்
சினேகபூர்வமான துப்பாக்கிச் சண்டையில்
காணாமல் போனவனைத் தேடிக்கொண்டுபோன
நண்பனைத் தேடிக்கொண்டிருக்கிறேன்
ஜனநாயகப் புரட்சியா சோசலிசப் புரட்சியா
என்று தர்க்கித்துக் கொண்டிருந்தவர்களில் சிலர்
பீரங்கிக் குண்டுபட்டுச் செத்துப் போகிறார்கள்
இரண்டு விமானத் தாக்குதல்களுக்கும்
இருபத்தேழு ஹெலிகொப்டர் தாக்குதல்களுக்கும்
தப்பிப் பிழைத்து
ஒரு குட்டி நாயுடன் மோதிக்
கணுக்கால் உடைந்து
கட்டிலில் கிடந்தபோது
'ஸென் புத்தமும் மோட்டார் சைக்கிள்
ஓட்டும் கலையும்' என்ற புத்தகத்தைக்
கொண்டுவருகிறார்
ஒரு 'இன்ரலெக்சுவல்' நண்பர்
வைத்தியசாலைக் கூரையில்

21 MAY 1986 [1986]

At midnight your house is aflame.
In front of your eyes
they stab your wife.
Air Force planes dip to the earth
and rise again.
Bombs fall, glinting,
catching the sunlight.
In all directions,
children scream.
My grandmother continues to grumble
about her reading glasses which fell and broke
as she rushed for the bunker.
The director of the blood-bank
informs us, very kindly,
there is no blood left.
I search for a friend
who is looking for another, lost
in an entirely friendly skirmish.
A few folk, discussing whether
this is a democratic revolution
or a socialist one, are demolished
by cannon fire.
Having survived two air attacks
and twenty helicopter gunships
I break my ankle, tangling
with a small dog.
As I lie in bed, an 'intellectual' friend
brings me *Zen and the Art*
of Motorcycle Maintenance.
The man trying to fix
the Red Cross sign on the roof
of the hospital, falls;

செஞ்சிலுவைக் குறி
பொறித்துக்கொண்டிருந்தவரும்
ஹெலிகொப்டர் சூடுபட்டு விழுகிறார்
எனினும்
காகம் இருக்கிறது கடதாசி இருக்கிறது
கூடவே
இயந்திரத் துப்பாக்கி ஒலியும்
இப்போதும் எப்போதும் போலக்
காற்றில் இருந்து கொண்டேயிருக்கிறது.

எரிந்துகொண்டிருக்கும் நேரம்

இன்று வாய்திறவாதே
மௌனம் கொள்

இன்று மட்டும்.

நம் வாயிலிருந்து வருகிற
ஒவ்வொரு உண்மைக்கும்
ஒவ்வொரு துப்பாக்கிக் குண்டு
பரிசாகக் கிடைக்கிற
காலம் ஒன்று வருமோ?

அல்ல எனின் ஏனிந்த அவலம்?

முச்சந்தி மாமரத்தின்கீழ்
எரிந்தன உடல்கள்
எழுந்த சுவாலைகளில்
கருகின குருத்துக்கள்.

picked off by a helicopter.
All the same,
crows are left, and so is paper.
Also
the sound of the machine gun
now, as always,
remains in the air.

IN A TIME OF BURNING [1986]

Don't open your mouth today.
Be silent
just for today.

Will there be a time, soon,
when each truth that bursts out of our mouths
is rewarded by a bullet?

If not, then why this tragedy?

Beneath the mango tree, where three streets meet,
the bodies lie burning;
the flames rising
blacken the unfurled palm leaves above.

புகை;
அச்சம்; கொடுமை;
துயரம்; பீதி;
அனைத்துமே கறுப்பு;

அசுர நிறம்
துர்க்குறிகள் விரவி
இருளின் நிழல்கள் கவிய
உடல்களும் மனமும்

எரிந்துகொண்டிருக்கும்
இந்நேரம்.
குரல் ஒடுங்கிப்
பாடல் இழந்தன குயில்கள்.
மிரட்சி தெறித்த
விழிகள் நகர்த்தி
அலற மறந்தனர் சிறுவர்.

சாம்பலைக்
காற்றுக் கொண்டு போயிற்று.

எலும்புகளை
நாய் கொண்டு போயிற்று.

மனிதத்தைத்
துப்பாக்கி முனையில்
நடத்திச் சென்று
புதைகுழி விளிம்பில்
வைத்துச் சுட்டுப்
புறங்காலால்
மண்ணைத் தள்ளி
மூடிவிட்டு வந்து,
தெருவோரச் சுவரில்
குருதியறைந்து
நியாயம் சொல்கிறார்கள்,

Smoke,
fear, cruelty,
sorrow, terror.
Everything is black;

the colour of demons
when dark shadows
and hostile omens
envelop

the bodies and the hearts
which lie there, burning
at this time.
Even the birds have lost their song,
their voices suppressed.
Children forget to scream,
their shocked eyelids frozen.

The wind carries away
the ashes,
the dogs carry away
the bones.

They frog-march humanity
at gun point,
shoot it dead at the grave's edge
and shovel the earth over it
with their feet.
The walls along the streets
drip with blood
as they justify themselves.

நியாயம்!

யார் கேட்டார் உம்மிடத்தில்
நியாயத்தை?

எச்சிறு புல்லும்
எச்சிறு தளிரும்
எச்சிறு புள்ளும்
நம்பிக்கைகளின்
உயிர்மூச்சுடனேயே
மலரும்
வளரும் முதிரும்
மடியும்
என நான் அறிவேன்.

எனினும்
சாபங்கள் சூழ்ந்த
தாய்நாடு எமதெனத்
துயரில் புலம்பும்
முதியோர் சிலருக்கு
இக்கணம்,
உடல்களும் மனமும்
எரிந்துகொண்டிருக்கும்
இக்கணம்
நம்பிக்கையை
எப்படி உரைப்பேன்?

புதைகுழிகளுக்கிடையில்
பிணங்களுக்கிடையில்
குருதி படிந்த
உடைகளுக்கிடையில்

Justification!
Who asked you for justification?

I know
each blade of grass,
each small shoot
and the tiniest weed
blossoms,
grows, matures and dies
because of the life-breath of hope.

But now, at this moment,
when the aged call out in their grief
that this, our land, is cursed –
at this moment
when bodies and hearts are burning –
at this moment
how can I speak of hope?

Among these graves,
among these corpses,
between the bloodstained clothes,
among grief-stricken mothers
weeping for their dead sons

புத்திர சோகத்தில்
நெஞ்சு பிளந்த
அன்னையர் கண்ணீர்த்
துளிகளுக்கிடையில்
'துர்ப்பாக்கியம்'
தற்காலிகமானது
என்று குரலெழுப்ப
மெலிந்த உடலும்
வளர்ந்த தாடியும்
உடைந்த மனமும்
குழம்பிய தலையுமாய்
வார்த்தைகளுக்கு அலைகிறேன்
நான்.

ராஜினி

இன்னும் கொஞ்ச நேரத்தில்
சூரியன் மறைந்துவிடுவான்

இருள் கவிந்துவிடும்

இனி வரப் போகிற இருள்
முன்பு போல அல்ல
பிசாசு

நிலாவைக் கொலை செய்து
வெள்ளிகளைப் போட்டெரித்த
சாம்பல் பூசிய இரவு
இந்த இரவுக்கு முன்
ஒரு சிறு கைவிளக்கை
அல்லது ஒரு மெழுகு திரியை

I wander,
with my wasting body
and unshaven face,
a heavy heart and confused mind,
searching for false words
of false comfort.

RAJANI [1989]

Now, in a little while
the sun will set,

darkness will fall.

The darkness that is yet to come
will not be as before
but the very devil –
a night that has murdered the moon
and set fire to the stars;
an ash-smeared night.

You hurried on your way
hoping to light a small hand-lamp,

ஏற்றி விடவேண்டும் என்று
விரைந்தாய்

அம்மா,
வேகம் அவர்க்கதிகம் இன்று
தென் திசை நின்று வந்தனர்.
யமனின் தூதர்கள்;
கைத்துப்பாக்கி;
ஐந்து குண்டுகள்

நீ விழுந்த போது
சூரியனின் கடைசிக் கிரணங்கள்
சுவரில் விழுத்திய
உன் நிழல்
கைகளை வீசி மேலே ஓங்கிற்று.

முடிவிலி வரை.

குழந்தைகள்

குழந்தைகளை யார் உருவாக்குகிறார்கள்
என்று நான் கேட்டேன்

திறந்து வைத்த யன்னலூடாகச் சலசலத்து
நானல்ல; அவர்களின் குரலுக்குச்
சங்கீத நரம்புகளைத் தருவதே என் வேலை
என்றது காற்று

or at least a candle,
before such a night could fall.

Amma,
today they were in great haste
arriving from the south –
Death's messengers
with their rifles
and their five bullets.

As you fell
the sun's last rays
threw upon the wall
your shadow:
your waving hands rising
higher
and higher
beyond the horizon.

CHILDREN [1994]

Who creates children,
I asked.

Rustling in through the open window,
Wind said,
Not I
I only give strong nerves of music
to their voices.

அவர்களுடைய கண்களுக்கு
ஆழமான நிறங்களைத் தருகிறேன் நான்
என்றது ஒளி

அவர்களுடைய பிஞ்சுப் பாதங்களுக்கு
ஒரு புன்னகையைத் தருகிறேன் நான்
என்றது செவ்வலரிப்பூ

அவர்களுடைய இதயத்தின் சுவர்களைக்
காதலின் இழைகளால் நெய்கிறேன்
என்றது கடல்

அவர்களுடைய சிரிப்புக்கு
மந்திர வலிமையைச் சேர்க்கிறேன்
என்றன காடுகள்

அப்படியானால்
அவர்களுடைய கைகளில் துப்பாக்கிகளையும்
கால்களுக்கு ராணுவச் சப்பாத்துக்களையும்
இடுப்பில் வெடிகுண்டுகளையும்
கண்களில் வெறுப்பையும்
தந்தது யார் என்று கேட்டேன்
காற்றும் கடலும் உறைந்தன;
வெளியில்
உலர்ந்து நொருங்கிற்று
கண்ணாடித் துண்டுகளாக ஒளி.

ஒரு மின்னல் வெட்டில்
எரிய ஆரம்பித்தன பூக்களும் காடுகளும்
எல்லாப் பறவைகளும்
கூட்டமாகப் பறந்து சென்று
அத்தீயுள் விழுந்தன.

குழந்தைகள்
எங்களுடைய குழந்தைகள்.

I give deep colours
to their eyes,
said Light.

I touch their tender feet
with a smile
said the Red Oleander.

I weave the walls of their hearts
with love's threads,
said Sea.

I add magic strength
to their laughter,
said Forest.

If that is true
who put guns in their hands
army boots on their feet
grenades at their waist
and hatred in their eyes,
I asked.

Wind and Sea froze;
Light withered,
shattering away
like splinters of glass.
In a single flash of lightning
Flowers and Forest were in flames
and all the birds, in a great flock,
flew into that fire.

Children,
our children.

ஊழி

எங்களுடைய காலத்தில்தான்
ஊழி நிகழ்ந்தது.
ஆவிக் கூத்தில் நிலம் நடுங்கிப்
பேய் மழையில் உடல் பிளந்து
உள்ளும் வெளியும் தீ மூள
இருளின் அலறல்.
குழந்தைகளை, மனிதர்களை
வெள்ளம் இழுத்து வந்து
தீயில் எறிகிறது.

அகாலத்தில் கொலையுண்டோம்
சூழவரப் பார்த்து நின்றவர்களின்
நிராதரவின்மீது
ஒரு உயிரற்ற கடைக்கண் வீச்சை
எறிந்துவிட்டு
புகைந்து புகைந்து முகிலாக
மேற் கிளம்பினோம்

காஃப்காவுக்குத்தான் தன்னுடைய எழுத்துக்களைத்
தீயிலிட வாய்க்கவில்லை
ஆனால் சிவரமணி எரித்து விட்டாள்
அந்தர வெளியில் கவிதை அழிகிறது
மற்றவர்களுடைய புனைவுகள்
உயிர் பெற மறுக்கின்றன.

எல்லோரும் போய் விட்டோம்
கதை சொல்ல யாரும் இல்லை

இப்பொழுது இருக்கிறது
காயம்பட்ட ஒரு பெருநிலம்
அதற்கு மேலாகப் பறந்து செல்ல
எந்தப் பறவையாலும் முடியவில்லை
நாங்கள் திரும்பி வரும் வரை.

APOCALYPSE [1999]

In our own time we have seen
the Apocalypse. The earth
trembled to the dance of the dead;
bodies burst apart in the wild storm;
darkness screamed as everything caught fire
inside and out.
The last flood dragged out children and men
and threw them on the flames.

We died in an untimely hour.
Glancing sidelong with our dying eyes
at the helplessness
of those who surrounded us, watching,
we smouldered and smouldered
then rose up in a smoke cloud.

Kafka was denied the chance
to set fire to his works.
But Sivaramani burnt hers.
Poetry is destroyed in mid-air.
What others write now
refuses to live.

We have all gone away;
there is no one to tell our story.

Now there is only left
a great land, wounded.
No bird may fly above it
until our return.

[Uuzhi, 1999]

பொழுது சாய்ந்தது

பொழுது சாய்ந்தது
வயல் வெளிக்கு அப்பால்
பொழுது சாய்ந்தது
காட்டின் நிழலிலே
பொழுது சாய்ந்தது
இன்னும் பொழியாத மழையின்
கோபத்துக்குப் பின்னால்,
மண்ணில் புரண்டிருக்கும் நூற்றுக் கணக்கான
உடல்களின் மேல்,
கரையில் ஒதுங்கிய துண்டிக்கப்பட்ட
ஒரு காலின் மீது.
பொழுது சாய்ந்தது

இழப்பையும் துயரத்தையும்
எங்கு குவிப்பது என்று தெரியாமல்
கோள அறைக்குள் பதுங்க ஒரு
மூலையைத் தேடித் துடித்த சிறு பறவையின்
ஒடிந்த இறக்கைகள் மீது
எனது கண்ணீருக்குள் பொழுது சாய்ந்தது

காலையில்
தயங்கித் தயங்கி வந்து சொல்கிறார்கள்:
உடல் கிடைக்கவில்லை.

SUNSET [1999]

The sun has set
across the spreading fields
the sun has set
in the shadow of the woods
the sun has set
beyond the anger of the rain
which is yet to fall
upon the hundreds of bodies
sprawled upon the sand
upon a severed leg
alone upon the sea-shore
the sun has set.

Upon the broken wings
of a quivering small bird
which does not know
where to heap its loss and sorrow
and searches for a corner
in a small cage
where it can lurk;
within my tears the sun has set.

At dawn they arrive
with faltering words:
The body has not been found.

கேள்

கேள்
எப்படிப் புணர்வது என்பதைப்
பாம்புகளிடம். எப்படிப் புலர்வது என்பதைக்
காலையிடம். பொறுமை என்பது என்ன
என்பதை மரங்களிடம். கனவுகளுக்கு
வண்ணங்கள் உண்டா என்பதைத் தூக்கத்தில்
நடப்பவர்களிடம். கண்ணீர்த்துளிகள் சிறைக்கூடங்களாக
மாறியது எப்படி என்பதை
அகதிகளிடம். பயம் என்பது என்ன என்பதை
நடு இரவில் இந்த நகரில் நடக்க நேர்கிற
கறுப்புத் தோல் மனிதர்களிடமும்
பெண்களிடமும். மோகம் முப்பது நாள்கள்தானா
என்பதை மூக்குத்தி அணிந்த காதலர்களிடம்.
முழுநிலவில் பாலத்தின்கீழ் உறைந்த பாற்கடலின்
பாடும் மீன்கள் எங்கே போய்விட்டன
என்பதைக் கார்காலத்திடம். மொழியின்
தனிமையிலிருந்து பிறப்பது என்ன என்பதைத்
திசை தொலையப் புலம்பெயர்ந்தவர்களிடம்.
துயரத்தின் சாறு பிழிந்த தனிமை எப்படியிருக்கும்
என்பதை என் பனிப்பாறையுள் நெருப்பின்
உயிர்ச் சுவட்டை எறிந்தவளிடம், அவளிடம்
இவளிடம். இரவின் கடைசி ரயிலும் போய்விட்ட
பிற்பாடு, தண்டவாளங்களும் குளிரில் துடித்துப்
பிளக்க ஒற்றைச் சிறகுடன் கையில் ஒற்றைப்
பூவுடன் காத்திருப்பது எப்படி என்பதை
என்னிடம்
கேள்.

ASK [1995]

Ask
snakes, how to copulate. The morning,
how to dawn. Trees, the meaning
of patience. Ask sleep-walkers what colour
dreams are. Refugees, how their tears
became their prison cells. Women and Blacks
who must walk the streets of this town
at night, what fear is. Lovers who wear nose-studs
whether lust lasts for only thirty days.
The monsoon, where the fish have all disappeared,
fish which once sang in the still milk-ocean
beneath the bridge, on full-moon nights.
Ask a lost diaspora, what is born
out of the loneliness of language. Ask her, who flung
a living ember of fire upon the ice-cliffs of my life,
about the quintessential loneliness of grief.
Ask her. And her.

Ask
me,
when the last train of the evening has gone
and the railway lines shiver and break in the cold,
what it is to wait with a single wing
and a single flower.

நிறம்

பனி படர்ந்து உலர்ந்த பாதையில் எப்போதும் போல
மங்கிய ஒளி தரும் தெருவிளக்கின் கீழ் குளிரில்
விறைத்துச் சிவந்த மூக்கு நுனியும் கிழிந்து துவழும்
மேல் மேலாடையும் அதன் மேல் அசிரத்தையுடன் ஒட்டப்
பட்டிருந்த ஒரு சிறு கனடியத் தேசியக் கொடியும் அடர்ந்த
நீண்ட பழுப்புத் தாடியில் நூற்றாண்டுகளாய்ச் சேர்ந்த
அழுக்கும் கறையும் உறைந்த பியர் நுரையின் படிவும்
தலையில் மழை பனி புயல் வெயில் எல்லாவற்றிலும்
அடிபட்டுத் தோற்றம் சிதைந்த காட்டுப்பச்சை இராணுவத்
தொப்பியும்
கூனல் முதுகும் வளைந்த நகங்களும் நீண்டு நெளிந்து
சிக்குண்ட மயிரும் எனச் சுருண்டு கிடந்து பாதி இருளும்
பாதி வெறியுமாய் அடிக்கடி திறந்து மூடும் நீலக்
கண்களுடன் கால் பணம் கேட்டு இரப்பவன் சில்லறை
எறிபவர்க்கு நன்றி என்கிறான்
எறிய மறுத்தேன்
'Fuck you, Paki,'
என்று முகத்தைத் திருப்பினான்.

நள்ளிரவுப் பூசை

1

முதல் முறை
நள்ளிரவுப் பூசைக்கு
அழைத்துச் சென்ற நண்பன்
இப்போது இல்லை

COLOUR [2003]

In the street, dry now after a fall of snow,
beneath the street-lamp with its dim light,
the tip of his nose frozen and red,
a small Canadian flag pinned carelessly
upon his ragged, drooping overcoat,
centuries of dirt and stains and beer-froth
on his long, dense brown beard,
a forest-green army cap on his head
now shapeless,
buffeted by snow, wind and rain,
with hunched back, crooked nails and
long, curly, tangled hair, he lies huddled,
his blue eyes blinking frequently,
part sunken in darkness
part crazed. He begs for money
and thanks those who fling him coins.

I refused.
'Fuck you, Paki,' he said
turning his face away.

MIDNIGHT MASS [2003]

1

The friend who invited me
to attend midnight mass
for the first time
is no longer alive.

குருநகர்க் கரையிலிருந்து புறப்பட்டவனை
கடற்படை சுட
கடல் விழுங்கியது

அவனுடைய அன்பும் பாடலும்
காற்றாக இசையும் ஒரு காலையில்
பன்னிரண்டு ஆண்டுகளுக்குப் பிறகு
அந்தக் கடலோரம் நிற்கிறேன்

எதிரே வேலி
காவல் படையின் கொடுங்கண்களை மீறி
இப்போது
எந்தக் கடலும் இல்லை

படை வெட்டிச் சரித்த மக்களின் குரலோ
உப்புக் காற்றில்
சாகா வரம் பெற்று அலைகிறது

ஆற்றாமையுடன்
ஏழு கடல் கடந்து
திரும்பி வந்து
பகலோடு இரவு வரும்
பனிதீரா நகரத்தில்
என் தனி அறையில் புதைகின்றேன்

வெளி அழியும் வெளி.

2

இரண்டாவது முறை
நள்ளிரவுப் பூசைக்குச் சென்றபோது
பாதையைப் பனி தூவிய வெண்மை
திரையிட்டிருந்தது

The sea swallowed him
when the navy shot him down
as he set off from Kurunagar.

Twelve years later, one morning
I stand on the same sea-shore,
his love and his songs
still echoing in the wind.

In front of me, a fence.
Nowadays there is no sea
that escapes the harsh eyes
of the border patrol.

Yet the voices of the people
struck down by the armed forces
drift in the salt wind,
gifted with immortality.

In despair
I cross the seven seas
and bury myself in a lonely room
where night comes with the day
in this city of unending winter
in infinite space.

2

The second time I went to midnight mass
the falling snow's whiteness
had sheeted the streets.

வியன்னா நகரின்
அழகு சிலிர்த்தெழும்
இரவுக் கோலத்தில்
தேவாலயச் சதுக்கம்
நிறைகிறது

பழைய மொழியில்
பழைய ஆராதனை என்றாலும்
ஆலயமணி எல்லா இடங்களிலும்
ஒரே தொனியில் ஒலிக்கிறது

உன்னைத் தொட்டால்
கறுப்பு ஒட்டிக்கொள்ளுமாம்
அம்மா சொல்கிறாள்
தொட்டுப் பார்க்கவா?

என்று ஆர்வத்துடன் கேட்கும்
சிறுவனின் நீலக்கண்களில்
இருளின் ஒளி

ஒரு கணம் திகைத்தாலும்
என் புறங்கையை நீட்டுகிறேன்

வெட்கத்தில் நொருங்குவதற்குப் பதிலாக
கோபத்துடன் சிறுவனை இழுக்கிறாள் அவள்
ஏமாற்றத்துடன் தேம்பி அழும்
சிறுவனின் குரலுடன்
சேர்ந்து ஒலிக்கிறது யேசுவின் குரல்

ஏலோகி ஏலோகி லாமா சபக்தானி.

In the city of Vienna
in the breath-catching beauty of the night
the cathedral square fills.

Although the ancient mass is said
in an ancient language, yet
the bells speak everywhere
with the same voice.

Mother says, if I touch you
the black will come off
on my fingers.
May I touch you and see?

In the blue eyes of the small boy
who asks so eagerly,
the light of darkness.

I am shocked for an instant,
then reach out my hands.

Rather than shrinking in shame,
she pulls at the boy with anger.
The words of Jesus
join with the boy's voice
sobbing in disappointment:

Elohi, Elohi, lama sabachtani.

3

மூன்றாவது முறை
குளிரொடு பனியும்
பனியொடு நிலமும்
நிலவொடு இலையறு
மரங்களும் கூடிக் கிறங்கும் பொழுதில்
பூசைக்குச் சென்றோம்

அழகிய பெருந்தேவாலயம்
நிறைந்துவிட
அதன் கிளைக்கோவிலுக்கு நடந்தோம்

கையுறைகளுக்குள்ளும்
விரல்கள் பிணைந்திருக்கின்றன

விரல் நுனிகளில் இருந்து
உறவும் பிரிவும்
சுகிப்பும் சகிப்பும்
கொதிப்பும் தவிப்புமாய்
எழுகிறது
எமக்கிடையேயான காதல் மொழி

மனிதர்கள் நிறைந்திருந்தாலும்
தொடர்ந்தும் உள்ளே வருபவர்க்கென
எப்போதும் வெற்றிடத்தை உருவாக்குகிறது
பரவி வரும் ஒரு பாடலின் பரவசம்

கண்ணீர் தரும் இனிமை

நள்ளிரவு முடியத் திரும்பி வந்து
ஒரு துளி மதுவில் கரைகிறோம்.

3

A third time I went to mass
when cold joined with snow,
the snow with the land,
and the trees, stripped of leaves,
lay languorously with the moon.

The great cathedral overflowed;
we went to a side-chapel
the fingers of our gloved hands entwined.

Through our fingertips
the language of our love speaks
of meeting and parting,
of fulfilment and endurance,
of fever and uncertainty.

The music, ecstatic,
always creates a space among the crowds
for those who enter within.

When midnight is past, we return
and dissolve in a single drop of wine.

செம்மணி

சாவும் வாழ்வும் நிறைந்திருந்த பெருந்தெருவில்
திரும்பி வந்தது காற்று

பாலத்தைத் தாண்டியதும்
சற்றே தயங்கியது

பாலத்தின் கீழ் ஒளியில் மினுங்கும் நீர்
நீலமாகவும் பச்சையாகவும் சிவப்பாகவும்
இருந்த நாள்களை இந்தக் காற்று அறியும்

இரக்கமில்லாமல் கடல்நீர் ஏரி மீது
மழை பொழிந்த இரவில்
பீதியும் பெரும் பயமும் விரட்டிய கொடு நடையில்
தாயின் கால் சோர
நீரில் தவறி விழுந்தது குழந்தை

தாத்தாவைத் தாங்கி வந்த கட்டிலே பாடையாக
மழை விட்டும் ஈரக்காற்று ஓயாத சிறு பொழுதில்
தெருவோரமே சுடலையாகிற்று.

எல்லோரும் கடந்து சென்ற பிற்பாடும்
கிராமங்களை நிறைக்கிறது நாயின் ஓலம்

நூறாயிரம் கதைகளைச் சுமந்து
உரம்பெற்றது பாலம்

பாலத்தின் அப்புறம்
சேற்றின் கீழ்ப் புதையுண்டிருந்தவர்களின்
மண்டை ஓடுகளும் எலும்புகளும்
இறகு முளைத்துப் பறந்த பொய்யுரைகள்
வெளியை நிறைக்கின்றன

CHEMMANI [2003]

The wind returns to the street
teeming with life and death.

It hesitates a little
as it crosses the bridge.

This wind knows of the days
when the water beneath the bridge
glinted in the light
blue, green and red.

During a night of merciless rain
when sheets of water, ocean-like,
poured into the lake,
driven by terror, fleeing in panic,
a mother tripped, her baby
slipping, fell into the water.

The bed carrying an old man
became his bier.
In the driving wind, after the rain,
the entire street turned
into a cremation ground.

Even after everyone had crossed over,
the howling of dogs
filled these empty villages.

This bridge has weathered, gained strength
enduring the burden
of a hundred thousand tales.

என்றாலும்
இப்போது
வெய்யில் பொன் உருக்குகிற மாலை
எல்லாம் தகர்ந்திருந்தாலும்
வெளி அப்படியேயிருக்கிறது
என்கிற தோற்ற மயக்கம்

கைவிலங்குகளுடன் வரும் சமாதானத் தேவதையின்
ஒரு காலடியிலே மறைகிறது வெளி
வெளியில் எழுகின்றது
கடற்கரையை வேலிபோட்டுக்
காவல் இருப்பவனின்
புன்முறுவல் தாங்கிய முகம்

அந்த முகத்தருகே
காற்றையும் நீரையும் காசுக்கு விற்கப்
பெருநிதி சொரிந்து
நிலத்தையும் வளத்தையும் விழுங்குகின்ற
இன்னொரு பிசாசு முகத்தையும் கண்டேன்

பனையளவு உயரத்தில் திடீரென முளைக்கின்றன
முகங்கள் விளம்பரப் பலகைகளாக

செம்மணியை மூடியது
செல்ஃபோன்

நூறாயிரம் கதைகளைச் சுமந்து
உரம்பெற்ற பாலத்தை
இப்போது
உடைத்து விடுகிறது ஒரு கண்ணீர்த் துளி.

Under the bridge
the skulls and bones of all those
buried beneath the mud and mire
take wing, fill the expanse
with lies.

Now it is evening,
the sun is liquid gold.
Although everything is shattered to bits,
a false illusion suggests
everything is the same.

One step of the goddess of peace
who comes to us in fetters
erases the landscape,
arouses instead the security guard
at the fence surrounding the sea,
a smile on his face.

Next to him, I see a demon face
willing to pour away the country's wealth,
to sell the air and the water
and swallow up the land and its yield.

Faces sprout suddenly, on hoardings
as high as palmyra palms.
Chemmani, burial ground, is covered up
by advertisements for cell-phones.

This bridge, strengthened by its burden
of a hundred thousand tales
collapses
within a single tear.

மச்சாள்

ஒன்பது ஆண்டுகளில்
ஆறுமுறை அலைந்து உழன்ற கதையை
மச்சாள் சொல்லும்போது
அவளுடைய முகத்தில்
மேலதிகமாகச் சுருக்கங்கள் சரிகின்றன

ஒற்றை மின்விளக்கு
இருட்டை மேலும் இருட்டாக்குகிறது
இறந்தவரின் தலைப்புறம்
ஏற்றிய தீபமென
இழப்பு எப்போதும் இருக்கிறது

அவளுடைய வார்த்தைகளுக்கிடையில்
விம்மல் இல்லை என்றாலும்
துயரம் இறுகி இருக்கிறது

சுற்றி வளைப்புகளுக்குத் தப்பி
இரவிரவாய் ஒளித்தோடிய நாட்களில்
அடிக்கடி அடைக்கலம் தந்த
பழைய நினைவுகள் கிளர
வெளிவாசலை இடையிடை திரும்பிப் பார்க்கிறாள்
பின்புறக் கதவையும் திறந்து வைக்கிறாள்

வாலிபர்களாக மாறிவிட்டிருந்த
அவளுடைய குழந்தைகள் சிரிக்கிறபோது
நொடிப்பொழுதில் பாற்கடல் உருவாகின்றது

கோவிலுக்கு எதிரே நீண்டு
கடலோரம் செல்லும்
தெருவில் இருந்தது அவளுடைய வீடு
அந்த இடத்தில் இப்போது
எந்த அடையாளமும் இல்லை
உயர்பாதுகாப்பு வலயத்துள்
படையாட்கள் கூடவர
காலையிலே போய்ப்பார்த்தோம்

COUSIN [2004]

When my cousin speaks
of enduring six displacements
within the nine years,
the wrinkles gather and droop
along her face.

The single electric light above
merely deepens the darkness.
A sense of loss prevails
always,
like a lamp keeping vigil
at a dead man's head.

Her words are not punctuated
by sobs; they are taut
with sorrow.

Stirred by old memories
of providing shelter, so often,
to those who escaped the patrolling guards
and travelled secretly, by night,
she glances towards the threshold
from time to time.
She leaves her back door open.

When her children, grown up now,
smile at her, in an instant
the legendary milk-ocean materialises.

Her house was on the road
which stretched all the way to the sea
from the front of the temple.
Not a sign of it now.
We went to take a look, in the morning,
accompanied by soldiers
into the high security zone.

முடி சீவப்பட்டாலும்
இன்னும் முறிந்து விழாமல் இருக்கும்
பனைமரங்களின் பொந்துகளில்
ஒரு கிளிகூட இல்லை

மேனி கிழியத் துண்டாடப்பட்டு
கிடந்த நிலங்களில்
எவ்விதப் பிடிப்புமற்று
ஆயுதங்களுடன் குந்தியிருக்கிறார்கள் உறவற்றவர்கள்

நேற்றுப் பெயர்ந்த சோளகம்
புழுதி தூவிச்செல்ல
வெஞ்சினத்துடன் வெய்யில் சுட்டெரிக்க
இடிபாடுகளூடாக திரும்பி நடக்கின்றோம்

தலையற்ற நிழல்களே எம்மைத் தொடர்கின்றன

துடைக்கத் துடைக்கப் பெருகிவரும்
கண்ணீரில் நனைந்த மச்சாளின் சேலைத்தலைப்பு
உலர அதிக நேரம் எடுக்காது

மனிதர்களுக்காக மட்டுமன்றி
மரம் செடி கொடிகள் வீடுகளுக்காகவும்
நேசம் நிறைந்து நெஞ்சு நெகிழ்கின்ற
எங்களுடைய காலம்
மானிடத்தின் வீச்சை அதிகரிக்கின்றது.

ஆற்றங்கரையில்

ஆற்றின் இருபுறமும்
காத்திருந்தோம்

Not even a single parrot left
nesting in the holes of palmyra palms
which still stand upright
although their crowns are shorn.

Upon ripped and fragmented land
men who hold no attachment to it
nor kinship,
squat, holding weapons.

We return through the ruins,
the south wind that sprang up yesterday
scattering the dust ahead of us,
the heat burning us up with fury.

Only headless shadows follow us.

My cousin's sari-end, wet with tears
streaming from her eyes,
will dry soon enough.
We whose hearts were moved with love
not only for humankind
but also for plants and trees and houses
endure in our times
only the scourge of man's arrogance.

ON THE BANKS OF THE RIVER [2004]

We wait
on either side of the river.

காதல் மடிந்துபோன கரைகளில்
இனிமையின் சுவடுகளைச் சொல்ல இருந்த
வெள்ளை மார்புடைய மீன்கொத்தி
பறந்து போயிற்று

ஆற்றைத் தொட்டும் தொடாமலும்
எறிகணையின் வேகத்துடன்
விரைந்து செல்கிறது தலையில்லாக் குருவி
அதன் சிறகுகள்
நீரைத் தொடுகிற போதெல்லாம்
மின் பொறி தெறிக்கிறது

சிறுகுருவி பெரும் ஆற்றுத் தீயை மூட்டுகிறது

படையணியின் முன்னரங்கப் பதுங்கு குழிகளின் மேல்
இன்று
ஒரு போர்க்குரலும் இல்லை

பழகிய வெடிமருந்து மணத்துடன்
பழைய உறவு நீடித்தாலும்
பகைவர் யார்
நண்பர் யார்
என்ற குழப்பத்துடன்
நாளும் இரவும் கவிந்து விலகுகின்றன

பேச்சிழந்தவர்களை
ஆற்றின் மௌனம்
அடித்துக்கொண்டு செல்கிறது

சிலபோது
எக்காளப் பாடல்கள்
ஆற்றின் மேல்
வெகு உயரத்தில் மோதி மரித்து
இறந்த சொற்களாக விழுகின்றன

A white-breasted kingfisher
about to speak of the last traces
of happiness, flies away
across the banks where love died.

The headless bird hurries
like a flung arrow
gliding low above the water.
Every time it touches the water
sparks fly.

The little bird sets alight
a great river of fire.

Today
there are no sounds of war
above the trenches of the army's front ranks.

Although the former order lingers
with the old smell of explosives,
night and day come and go
not knowing
who is friend and who is foe.

The river, mute,
bears away with its force
all those who have been silenced.

Sometimes
jubilant songs, raised aloft,
crash into the river from a great height,
falling as dead words.

மக்காள்,
பிணங்களால் பாலம் அமைத்து
ஆற்றைக் கடக்க வேண்டாம்

நீரைப் பிரிப்பது நிலம்
நிலத்தைப் பிரிப்பது கடல்
காட்டை ஒன்றுமே பிரிப்பதில்லை
பெருமரங்களின் ஆழ ஓடிய வேர்கள் ஊடாக
ஒரு தொடர் கதை
அது
நிலத்தடி ரகசியம்.

ஒளி பரவும் பெரும் பொழுது

முடியாதென இருந்த காலம் முடிந்துவிட்டது
சீடார் மரங்கள் வேலி அமைத்திருந்த
பூங்காவின் உலர்ந்த தரையில் அமர்ந்திருந்தபோது
வழமையாக என்னிடம் வரும்
கறுப்பு அணில்களையும் காணவில்லை

யாரோ ஒருவர் என்னைக் கடந்து போகிறார்
புன்னகை தருகின்ற கடைசி மனிதராக
அவர்தான் இருக்கக்கூடும்

துயரத்தில் ததும்பும்
என் இதயத்தை மறைத்து
வாவென அழைத்தாலும்
வாரார் ஒருவரும்

எவருக்காவது என் குரல் கேட்கிறதா?

People,
let us not make a bridge of corpses
to cross the river.

Water divides the earth,
the sea separates lands,
but nothing sunders the forest.
There is a never-ending story
which runs along the deepest roots
of ancient trees:
the buried secret of the earth

A SEASON OF PERVADING LIGHT [2007]

A time which seemed never-ending
is now at an end.
I sit upon the dry ground in the park,
fenced about with cedar trees,
even the black squirrels which surround me
customarily, have vanished.

Someone walks past:
he must be the very last man to smile.

Even if I were to hide my sorrowing heart
and call out,
no-one will come.

Can anyone hear my voice?

வெள்ளிகள் இரவின் கண்களைக் குருடாக்குகின்றன
நிறங்கள் கறுப்பின் கருவறைக்குத் திரும்புகின்றன
உயிரோடு ஆடும் விளக்கென எதுவுமில்லை
ஊரைத் தருவதற்கும் யாருமில்லை

ஊரில்
புளியங் கொப்பில் தூங்கிச் செத்தவளின்
சாபமும் துர்க்கனவும் காற்றை நிறைக்கின்றன

என் காலடி ஒலிக்காகக்

காத்திருந்த நாய்க்குட்டியும்
நம்பிக்கை இழந்து
தூக்கத்தில் ஆழ்ந்துவிட்டது

கண்ணாடிக் கிண்ணங்கள்
உடைந்து சிதற
போதையின் எல்லாக் கனவுகளும்
குளிர்காலப் பனித் தீயில்
பற்றி எரியட்டும்

எப்போதும் மூடித் திறக்கும் மனக்குகையின்
துயிலற்ற வாயில்களை
என்றென்றைக்குமாக அடைத்துவிடுகிறேன்
அவற்றைத் திறக்க வரும்
ஒவ்வொரு கவிதையும்
வேட்கையின் ஒவ்வொரு துளியும்
முறிந்து விழுகின்றது

எவரும் இனி வரமாட்டார்

The stars have put out night's eyes.
Colours have returned to the womb of darkness.
There are no lamps quickening with life;
there is no one to return my homeland to me.

There, in my homeland,
the dead woman's nightmares and her curses
begin at the branches of the tamarind tree
and fill the air.
The puppy that waited to hear my footsteps
has lost hope and sunk into sleep.

Let the wine glasses break and shatter;
let all our intoxicated dreams
burn away in winter's fire of ice.

Let me close forever
the entrances to my heart's cave
which once were wide awake, opening and shutting.
Every poem that attempts to open them
fragments,
each drop of passion dissolves and drops away.

No one will ever come again.

தொலைபேசி அழைப்பு

வெள்ளைக்கொடி கைகளில் ஏந்தி விட்டோம்

அழைப்போம் காத்திருங்கள்
என்று சொன்னவரின்
அழைப்பைக் காணவில்லை
சூரியன் மெல்ல மெல்ல எழுகிறபோது
இருள் பரவுகிறது
வலியின்றி இறக்கும் இன்பம் கிடையாமல்
குருதி பெருக மூச்சிழக்கும்
நண்பர்களை இன்னொரு முறை பார்க்கிறோம்

காடுவரையும் கடைசிவரையும்
செய்மதித் தொலைபேசி
தொடர்ந்து வந்தாலும்
இதுதான் உங்களுக்கான எனது
இறுதி அழைப்பாகும்

சென்று வருகிறோம்.

நந்திக்கடல்

எல்லாத் திசைகளிலும்
காலாட்படை முன்னேறுகிறபோது
அங்குலம் அங்குலமாக
நிலம் மறைந்தது
நிலக்காட்சி கருகியது

மௌனத் திரைப்படத்தில் ஓலம் எழுப்புகிறது
மக்கள் பெருந்திரள்

செல்லும் இடம் எங்கே?

TELEPHONE CALL [2009]

We have raised up our white flags.

No sign yet
of the promised message
for which we wait.

Darkness spreads
even as the sun rises, slowly, slowly.
We look once more at our friends
who were denied the peace of a painless death
whose blood flows as they breathe their last.

Our satellite telephones will go with us
to the cremation ground, to the very end.
But this is my final call:

We must leave now.

NANDIKADAL [2009]

When the platoons advanced
from all directions
inch by inch,
the land vanished,
the landscape blackened.

On the silent screen
the multitudes raise their lament:

Where can we go?

கடல்மடியும் கடற்கரையும்
துணை நிற்கும் எனச் சென்றோரின்
கண்முன்னே
குறுகித் தெறித்து மறைந்தது
கடல்

மணல் வெளி

கடல் கொண்ட பட்டினத்தின்
மணல்வெளியில் சரிந்து கிடந்தது
பெரும் சிலுவை
அதன்மேல் காலிழந்த
சிவப்பு நெடுங்கால் நாரை

கனத்த போர் வாகனங்களின்
இரும்புச்சங்கிலி அடித்தடங்களை
அலைகள் இன்னும் அடித்துச் செல்லவில்லை

உயிர் இருந்த இடம் கூற
ஒரு குறிப்பும் இல்லை
கரையில்
விரிந்திருந்த பனைமீது
கிழிந்து தொங்கும் சேலை

They had travelled, believing
the sea's lap and its kind shore
would be their harbour.
Before their very eyes
the sea shrank,
scattered,
vanished.

A STRETCH OF SAND [2009]

On a stretch of sand along a city
washed away by the sea
a huge cross lay, fallen.
On top of it, a heron
whose long red legs were broken.

The waves had not yet washed away
tracks made by the iron chains
of heavy armoured vehicles.

Not a sign to tell
where the living had been.
Only, on a spreading palmyra tree
by the shore,
a torn sari, hanging.

நிலத்தின் கீழ்
குழந்தைகளின் அலறல் ஒலி கேட்டேன்
தாழைமர வாசம் இன்று
காற்றினிலே இல்லை

என் இயலாமையின் கண்ணீரில்
தீ வளரும் நாடற்ற நாடு

இருள்

பாட்டற்றவர்கள் இருளைத் தேடியலைந்தபோது
வழி தவறி நான் இருந்த கடலோரம் வந்த மூன்று நூறு
குழந்தைகளின் உலர்ந்த கண்ணீரில் தாயைத் தேடிக்
களைத்த சுமைதாங்கிப் பாரம் முடிவிலியாய் த் தொடருமென
எல்லோர்க்கும் தெரிந்தாலும் ஒருவருமே இதனை எதிர்
பார்க்கவில்லை என்ற போலி அறிக்கைகளின் காயாத மையையும்
கயமையின் நிழலையும் நீங்கள் அறியாவிட்டாலும்
கவிஞன் அறிவான் கதை.

Underground, I heard
children screaming.
Today the wind carries
no scent of the screwpine.

In my futile tears
only the raging fire
of a land denuded.

DARKNESS [2009]

When they who were bereft of song
went about in search of darkness
I, having lost my way,
found myself at a seashore
where three hundred children came,
weary of searching for their mothers,
their tears dry upon their faces,
carrying a burden we all knew
would be ours for all time.

You may not know of the ink
not yet dry, nor the stain of deceit
in the false announcement:
These events were totally unexpected.

But the poet knows.

கடலின் கதை

கடல் பற்றி ஆயிரம் கவிதை எழுதினேன்
முடியவில்லை

கடலும்
கவிதையும்

உறைந்த கடலையும் தெரியும்

எறிகணைகளின் எரிமழைக்குத் தப்பி
கடலோடு அலைய வந்தவர்களை
கப்பலோடு கவிழ்த்த கடலையும்
தெரியும்

பாடும் மீன் படுத்த கடல்
திமிங்கிலம் விளையாடும்
பச்சைக் கடல்
பேராசைக் கடல்
என
எல்லாக் கடலும் தெரிந்தாலும்

கடல் கடல்தான்
கவிதை கவிதைதான்

கயிறிழுப்பில் வெற்றியுமில்லை
தோல்வியுமில்லை.

THE SEA'S STORY [2009]

I wrote a thousand sea-poems
but there is no end

to the sea,
nor to poetry.

I know the frozen sea.

I know, too, the sea that wrecked
the ship and all those in it,
fleeing from the rain of fire,
from falling rockets,
who hoped to roam the sea.

I know every sea –
the sea where fish sing and sleep,
the sea where dolphins play,
the green sea,
the greedy sea.

Yet the sea is the sea
and poetry is poetry.

In the pull of the rope
there is neither victory
nor defeat.

ஊழிக்குப் பின்

கொலைக்காட்சி

பொய்மையும் வன்மம் சூழ் மாயக்காட்சிகளும்
அவர்களுடைய படையெடுப்பில்
புகையுடன் சேர்ந்து மேலெழுந்தபோது

சொல் பிறழ்ந்தது
படிமங்கள் உடைந்தன
வாழ்க்கை குருதி இழந்தது

எறிகணை பட்டுத் தெறிக்கக்
காயம்பட்ட
இரண்டரை வயதுக் குழந்தையின் கைகளை
மயக்க மருந்தின்றி அறுக்கின்ற மருத்துவன்
இக்கணம் கடவுள்
நீரற்ற விழிகளுடன் அலறும் தாய்
ஒரு பிசாசு.

அஞ்சலி

புதையுண்டவர்கள்
எரியுண்டவர்கள்
கடலொடு போனவர்கள்
    எல்லோரதும் தெளிவான, திருத்தமான தகவல்கள்
    உலகப் பணிமனையின்
    நிலத்தடி ஆவணக் காப்பகங்களுக்குப் போய்விட்டன

எங்கள் எல்லோருடைய ஒற்றைப் புதைகுழிமீது
படைத்தளபதியின் கோவணத்தை
தேசியக் கொடியாக ஏற்றுகிறார்கள்

எங்கள் கண்ணீர் எழுப்பிய நினைவுச் சின்னத்தில்
ஒருவர் வெற்று வார்த்தைகளை எழுதுகிறார்

AFTER APOCALYPSE [2009]

WAR-SCAPE

When, during the invasion,
false and malicious tales
rose up into the air, mingled with smoke,

words slipped from their meanings,
icons and images shattered,
life lost its blood.

The doctor who amputates, without anaesthetic,
the arms of a two and a half year old child
wounded by scattering shrapnel
becomes, at this instant, a god;
the mother, screaming dry-eyed,
a devil.

HOMAGE

Those who were buried,
those who were burnt,
those who were lost to the sea –
all their messages, lucid, detailed,
have gone to the underground record offices
of the world's storehouses.

Above the single grave that holds us all
they hoist the army general's loin-cloth
and call it the national flag.

Someone inscribes empty words
upon the memorial raised by our tears.

பலர் கனவுகளைப் பின்னுகிறார்கள்

மௌனம் கலையாமல்
அவன்
கவிதையை எழுதுகிறான்.

தலைமுறை

ஒரு தலைமுறைக்கு முன்
நாடு கடந்தார்கள்
அடுத்த தலைமுறை
மெல்ல மெல்ல மொழி இழக்கும்
தருணத்தில்
தீராப்பெருவலி எழுந்து எம்மை இணைக்கிறது

பனி உதிர்ந்து காற்றுறையும் இரவுப் பெரும்பொழுதிலும்
சினத்துடன் எழுந்து தெருவை நிறைத்த
பல்லாயிரம் மக்களிடையே
குரல்வற்றிய ஒரு பெண்ணைக் கண்டேன்

கண்ணீரின் சுவடுகளால்
முகக் கோலம் அழிந்தாலும்
இன்னொரு முகம்
பன்முகமாக விரியக் கண்டேன்.

உடல்

கடலோரம் தலை பிளந்து கிடந்த
உடல்.

இறப்பிலும் மூட மறுத்த கண்களின்
நேர்கொண்ட பார்வையில் மிதக்கிறது:
எதிர்ப்பு,
ஆச்சரியம்,

Many weave dreams.

He writes his poem, silence unbroken.

GENERATIONS

A generation ago
they left their country.

Just as the new generation was beginning to forget
its language – at that moment –
an unending anguish bonds us again.

Among the many thousands who rose in anger
and filled the streets –
even in the winter weather with falling snow
and freezing rain –
I saw a woman, drained of voice.

Though the outline of her face
was smudged away by the imprint of tears,
I saw another face become manifest, become manifold.

CORPSE

Lying by the sea-shore,
a corpse, the skull split open.

Those eyes, refusing to close in death
float in a fixed stare: protest, shock,

தவிப்பு,
தத்தளிப்பு,
கொதிப்பு,
ஆற்றாமை,
முடிவற்ற ஒரு பெருங்கனவு.

காணி நிலம்

இந்தக் காணி நிலத்தில் என்னுடைய கதை பிறந்தது

அங்கு
கடல் கொண்ட பெருமரங்களின்
வேரடிமண்
இப்போது வெளித் தெரிகிறது

கோடை காலத்திலும்
ஈர மனிதர் உலவித் திரிந்த நிலம்
ஒரு சில நாட்களில்
மொழி பெயர் தேயமாக மாறுகிறது

இந்தக் காணி நிலத்தில்
தென்னைகள் இல்லை
குடிசைகள் இல்லை
கிளைக் கதைகள் சிறைப்பட்டுப் போனபிற்பாடும்

முடிவற்ற கதை இது என்று சொல்கிறது
குரல்.

நீரற்றது கடல்
நிலமற்றது தமிழ்
பேரற்றது உறவு

distress, struggle, rage, despair,
a long and endless dream.

Our Land

It was here, in this land that my story began.

The soil beneath the roots
of trees swept away that day, by the sea,
is now laid bare.

A land where even in the height of summer
people strolled about with ease
has become, in a few days,
a country
whose language is replaced.

In this, our land, there are neither coconut palms
nor hutments.

A voice tells me
even though the branch-stories are muzzled
the narrative will continue, endless.

[Untitled]

The sea has drained away
Tamil is without territory
Kinships have no name.

திணை மயக்கம்

1

இருவருக்கிடையிலும் ஒரு பெரும் பாலை
அதன் குறுக்காகக் கடிதம் கொண்டு வர
எந்தப் புறாக்களும் இல்லை
மௌனத்தில் கரைகிறாள்
என்று துடிக்கிறாய்

சேரா

நீ சொல்லிக் கொடுத்ததல்லவா
அந்த மௌனம்

2

காட்டுக்குள் வெறுங் காலோடு
நீண்ட நாட்கள் திரிந்த
ஒரு பெண்ணுடன் முயங்கினேன்

சேரா

எனக்கு இறுகிய தேகம்
இளகிய இதயம்
உனக்கோ இளகிய தேகமும்
இறுகிய இதயமும்
என்றவள் சென்றவள்
சென்றவள்

3

காடுகளும் அகழிகளும் சூழ்ந்த
கற்கோட்டையுள்
இதயத்தை ஒளித்து விட்டு

MERGED LANDSCAPES [2009]

1

A great desert divides us,
no dove will fly across it
to bring a letter,
she dissolves into silence
you fret,
Cheran.
Isn't her silence
the result of your teaching?

2

For many nights I slept with a girl
who wandered barefoot in the forest.

Cheran,

she said
My body is taut
my heart is tender
your body is soft
but your heart is hard.
She spoke; she left.

3

Leaving your heart hidden
in a rocky fortress
surrounded by forest and moat

சஞ்சாரி ஆனாய்

சேரா

திரும்பி வந்த போது
இதயத்தைக் காணவில்லை என்கிறாய்

4

வெளியில் என்ன இருக்கிறது
என்பதை அறியாமலே
வெளியில் தெரியாத அழகுகளை
மோகித்தாய்

சேரா

வேண்டாத துயரை அன்றி
வேறு எதைப் பெறுவாய்

5

தலைவன் மட்டுமே சுடரொளி எழுப்பும்
நாட்டுக்குச் சென்றேன்
தலையற்ற மனிதரும்
நிறமற்ற பறவைகளும்
அலையற்ற கடலும்

சேரா

உவமை கெட்டது உலகம்

you became a wanderer,
Cheran,
on your return you say
you cannot find it again.

4

Never comprehending
what is obvious
you only lusted after
unrevealed beauties,
Cheran,
what will you gain now
but needless sorrow?

5

I went to a country
where the leader alone shines brightly,
where people are headless,
birds colourless,
and the sea without waves.
Cheran,
the world cares nothing for images.

6

காதல் ஒடியப் பிறக்கும் பகையில்

கடந்த கால இனிமைப் பொழுதை
மறந்து போகிறாள்

எனக் குற்றம் சொல்கிறாய்

சேரா

விருப்பும் வெறுப்பும் இனிமையும் தனிமையும்
பகைமையும் காதலும்
பிரிபடா உணர்வு முழுமை அல்லவா

7

வெற்று நிலத்தில் காற்று எழுப்புவது
இன்னிசை அல்ல
புழுதி என்கிறாய்

சேரா

பாலை பாடியவர்களின் பேரிகை ஒலி
அல்லவா புழுதி

8

போர் ஓய்ந்திருந்த பொழுதொன்றில்

கண்ணா மரங்களின் நிழல்
வாவியில் அசைய
பாறையில் குந்தியிருந்தோம்

6

Embittered by sundered love
she chooses to forget
the happiness of former times,
you complain,
Cheran.

But love, hate, happiness, loneliness,
hostility, desire – are they not all
essential to our experience?

7

When the wind blows over the wasteland
it raises dust, not sweet music
you say,
Cheran.
The sound of the kettle drum
when the ancients sang of the desert –
what was that but dust?

8

On a day of respite from the war
we sat on a rock by the lake,
long shadows of trees moving across the water.

சற்றே பொறுத்திரு
எனச் சொன்னாள் சென்றாள்

சேரா

கண்ணீர் கரைக்காது காலத்தை
பாறையில் சிந்தும் நெருப்பு

9

வெள்ளித் தீ
பெருக்காகி
நிலக்காட்சிகளைக் குறுக்கறுத்து
விரைகிறபோது
உன் காலடித் தடங்களை
அழிக்க முடியவில்லையே
எனச் சினக்கிறாய்

சேரா

குரலையும் சுவடுகளையும் விட்டெறி
சொற்களை விதை

134

Be patient for a while
she said; she left.
Cheran,
tears will not wash away
time poured on the rock, by fire.

9

When a silver fire became a flood
hastening past,
slicing away the landscapes
it could not destroy your foot-prints
you rage,
Cheran.

Fling away the footprints, the voice.
Only sow words.

எதை நான் உனக்குத் திருப்பித் தருவது?

எதை நான் உனக்குத் திருப்பித் தருவது?

வேட்கையில் விளையும் கோபத்தையா?
குளிர் உலர்த்தி வீசிய புன்னகையையா?
கணினியில் பகிர்ந்த காமச்சுவையின் ஒளிப் பதிவையா?

எதை நான் உனக்குத் திருப்பித் தருவது?

நேசத்தையா?
அது திரும்பி வராதது என்று தெரிந்தாலும்
அதன் முறையீட்டையா?
கண்ணீரும் அற்றுப் போனபின் வருகிற வெறுப்பையா?
அல்லது
அன்பின் வடி நிலம் கசப்பு என்கிற
கட்டில் ஞானத்தையா?
முறிந்த உறவின் வீரியமற்ற தீக்கனலையா?

எப்படி உன்னிடம் திரும்பி வருவது?

அலைந்துழலும் முகில்களில்
ஒளிந்திருக்கும் முகங்களின் பின்னால் நடந்து வரவா?
பனிப் புயலில் கப்பல் கவிழ
வழி தப்பி மிதந்த அகதியின் நிழலோடு வந்து
உன் கதவைத் தட்டவா?
எல்லையற்றுப் பெருகிய
உன் அன்பின் இழைகளை
பின்ன மறுத்த என் மலர்க் கரங்களை
வெட்டி அனுப்பவா?

மதுக்கிண்ணங்களில் சுழிக்கும் கனவுகளை
நீர் அறியாது
நீரில் கரந்துறையும் வண்ணங்களை
நாம் அறியோம்

போடி, போ.

WHAT SHALL I RETURN TO YOU? [2009]

What shall I return to you?

The rage that grows out of passion?
A smile cast off, withered and cold?
The lustful photographs we shared by email?

What shall I return to you?

Affection?
Its petition, in the full knowledge
there is no going back?
The repulsion that comes when tears are dry?
Or the pillow-wisdom that tells us
love drains away into bitterness?
The weak embers of a broken relationship?

How shall I return to you?

Shall I follow after the faces
hidden in the lost and wandering clouds?
Shall I accompany the shadow of a refugee
who lost his way
when his boat capsized in a snow-storm
and knock at your door?
Or shall I cut off my hands
which refused to weave together
the ever-growing threads of your love
and send them, in lieu of flowers?

Water does not know
the dreams swirling in the wine-glass;
we don't know
the colours hidden within water.

Let go, girl.

கரடியின் கதை

அழையா விருந்தாளியாக
காலையில்
தேநீர் குடிக்க வந்த கரடியின் கதையை
மகனுக்குச் சொன்னேன்

கறுப்பில் பெரும் புள்ளி விரவிய
வெள்ளைக் கரடி
பெரியது

இணக்கமும் மென்மையின் மலர்களும் சூழ
அது நடந்து வருகிறது

காற்றும் இடம்பெயரா நடை

சிட்டுக்குருவிகளும்
மாடப்புறாக்களும்
அதனைப் பார்த்து ஓயாமல் சிரிக்கின்றன
தேனீக்கள் புலம்பெயர்ந்து விட்டன

"சரி, தேநீர் கிடைக்குமா?" என்றது கரடி
இது என்ன கேள்வி?
தேநீருக்கல்லவா காத்திருக்கின்றோம்
என்றான் மகன்

சூடான தேநீர் அல்லவா?
எல்லோருமாக
மெல்ல மெல்லப் பருகினோம்

"ஆ, நீர் தேநீராக மாறிய அதிசயம் என்ன?"
எனக் கரடி சிரித்தது
அச் சிரிப்பில் கிளம்பிய பெருங்காற்றில்
தேநீர் ஆறிவிடுகிறது

ஒரே மிடறில்
தேநீரைக் குடித்து விட்ட பிற்பாடு
பெருமூச்சுடன் சொல்லியது கரடி:

ABOUT A BEAR [2009]

I told my son the tale
of a bear that arrived one morning,
an uninvited guest,
to drink tea with us.

A big fellow
with black spots mixed into
a white coat.

He walked up,
friendly, affable, surrounded
by flowers of gentleness.

His stride scarcely dislodged
even the breeze.

Sparrows and ring-necked doves
took one look and burst into laughter,
honey bees went into exile.

"Well, do I get any tea?" asked the bear.
What a question!
Just what we're waiting for,
my son told him.

Scorching hot tea, wasn't it?
We had to drink it slowly, slowly.

"What a miracle, water becoming tea,"
the bear laughed.
A gale arose from that laughter,
cooling our tea.

In one gulp, the bear
finished his tea and said
with a sigh,

"தேநீர்க் கோப்பையுள் இப்போ எஞ்சி இருப்பது வெறுமை;
வெறுமையை என்ன செய்வது?"

நடுவில் முளைத்த கல் போல
கேள்வி நமக்கு நடுவில் இருக்க
கரடியோ
காட்டுள் சென்றுவிட்டது

"வெறுமையை என்ன செய்யலாம்"
என
மூன்று வயது மகனைக் கேட்டேன்

"பாறைக்குக் கீழே வைத்துவிடுங்கள் அப்பா"
என்றான் பயல்.

காடாற்று

வெந்து தணியாத
காடாற்றச் சென்றோம்
ஒரு குருவி கிடையாது

ஆள்காட்டி வெளிக்குமேல்
ஆகாயம் இல்லை

கண் தொட முடியாத எல்லைவரை
சாம்பல் வீசிக் கிடக்கின்ற நிலமற்ற நிலத்தில்
எலும்புகளைத் தேட
ஒருவருக்கும் வழி இல்லை

"All that is left in my cup
is emptiness. What
shall we do with it?"

Leaving the question to squat
between us, like a stone,
the bear retreated
into its forest.

I asked my three-year-old son,
"What shall we do
with emptiness?"

"Leave it under a rock, Appa,"
the boy said.

FOREST-HEALING [2010]

We set out to heal
the still smouldering forest
not a bird in sight.

an empty sky
above
the sparrow's flight-path

no one knows how
to gather the bones, scattered
on the ash-covered landless land
stretching to the far horizon

எனினும்

பாலூற்ற ஊற்றுப் பெருகும்
எம் கண்ணீரைக் கேளிக்கையாக்கி
கொண்டாட்டத்தோடு
களிக்கூத்து ஆடும்
மற்றவர்களுக்கு
நம்
மாற்றுவழி என்ன?

இதயப் பெருந்தீயைக் குளிர்விக்க
இன்றைக்கு ஒன்றுமில்லை

காயாத குருதித்துளிக்கு
சாட்சியம் இல்லை

முற்றிற்று என்று சொல்லி
காற்றிலும் கடலிலும் கரைத்துவிட்டுக்
கண்மூட
காற்றும் கிடையாது
கடலும் கிடையாது
காடாற்று எப்போதோ?

yet
what else can we do now
when an alien people
celebrate and dance
mocking our flowing tears
as we pour out the healing milk?

There is nothing now
to quench the heart's fire

no witness
to the drop of blood
not yet dry

there is neither sea nor wind
for us to dissolve the ashes
proclaim an end
and close our eyes.
When will there be
a forest-healing?

TRANSLATOR'S NOTES

pp. 35-7 'A Second Sunrise': In 1981, the Sri Lankan police burnt down the market area of Jaffna, including the public library with almost 95,000 books in Tamil, some of them rare.

pp. 41-51 'Letters From an Army Camp': This incident happened in 1983. The thirteen soldiers were taken to Kanatte, the main cemetery in Colombo, and that marked the beginning of the island-wide anti-Tamil pogroms that turned the conflict into civil war.
Yama is the god of death and is also known as Kala (Time), and Dharmaraja (King of Justice).

pp. 53-5 'I Could Forget All This': One of the worst pogroms targeting Tamils began in Colombo in 1983 and spread elsewhere around the country.

pp. 55-9 'What Have We Lost?': Ketheeswaran was a close friend of the poet; they had been fellow students at the University of Jaffna. He was shot dead by soldiers of the Sri Lankan army, and his body was burnt immediately.

pp. 61-65 'A Letter to a Sinhala Friend': Aadi is the fourth month in the Tamil calendar, mid-July to mid-August.

p. 67 'Amma, Don't Weep': A *tali* is a gold pendant symbolizing marriage. The "Pandyan king" is Nedunchezhiyan of the old Tamil epic *Silappadikaaram*, who accused Kovalan of stealing the queen's pearl-filled anklet. When his wife, Kannagi, broke her own anklet, spurting rubies to demonstrate her husband's innocence, the king realized his error and died immediately.

pp. 81-83 'Rajani': Rajani Thiranagama, a lecturer at Jaffna University, was shot dead in 1989, by the LTTE (Liberation

Tigers of Tamil Eelam).

p. 87 'Apocalypse': Sivaramani, a gifted young poet, committed suicide in 1990, after burning all her work.

pp. 101-3 'Chemmani': Chemmani, a village located at the entrance to the city of Jaffna, contains a crematorium and cemetery used by Sri Lankan soldiers for executions and extra-judicial killings of Tamils. Hundreds of people who 'disappeared' were later found buried there.

p. 115 'Telephone Call': In the final days of the war, a few of the LTTE leaders, along with their wives and children, were prepared to surrender. They waited for a promised telephone call from Sri Lankan government leaders, but it did not come. They walked forward with hoisted white flags, and were massacred.

pp. 115-7 'Nandikadal': Nandikadal was where the Sri Lankan army finally defeated the LTTE. Thousands of Tamil civilians were herded into a narrow spit of land by the sea, supposedly a no-fire zone, where a great many were shot down.

pp. 129-35 'Merged Landscapes': Early Tamil poetics classifies all the subject matter of poetry into two world-views, giving us two main genres, *akam* and *puram*. *Akam* refers to the inner world, and is, effectively, love poetry. *Puram* refers to the outer world and consists of public poetry, including poems about war and the death of warriors. Both *akam* and *puram* are further divided into five main types, each associated with a particular landscape, a technique known as *tinai*.

The poetics also allowed, in some cases, for *tinai mayakkam*, the harmonious movement, within the poem, as one landscape merges into another.

For Cheran, *tinai* is more than landscape; it stands for a whole genre. Here, in this series, entitled 'Tinai Mayakkam', (Merged Landscapes), he is also drawing on the medieval Karnatic devotional music tradition, where the poet-singer leaves his *muttirai*, signature, in the last line of the lyric.

pp. 141-3 'Forest-Healing': *Kaadatru* means, literally, forest-healing, and is the ritual performed on the third day following a cremation, when the kinsfolk of the dead go to the cremation ground (often located in the forest) and make libations of milk and other foods, in order to heal the forest.

BIOGRAPHICAL NOTES

CHERAN, one of the best known and widely influential of Tamil poets, was born in 1960 in the sea-side village of Alaveddy, near Jaffna, in Sri Lanka. His father, T. Rudhramurthy, (1927-71) known widely as '*Mahakavi*', the Great Poet, was one of the leading literary figures in modern Tamil writing from Sri Lanka. Cheran grew up with a grounding in the Tamil classics, but from his early years, he also became familiar with the works of the younger, left-leaning poets who frequented their house. He graduated from Jaffna University with a degree in Biological Sciences. These were the years when ethnic conflict and civil unrest in Sri Lanka spread alarmingly. The Tamil people were outraged when Sinhala policemen set fire to the Jaffna Public Library in 1981 destroying over 95,000 books, some of them irreplaceable; but what followed was possibly even worse. In July 1983 one of the worst pogroms against the Tamils began in Colombo and spread all over Sri Lanka. After this there were acts of violence and atrocities which were experienced daily by the Tamils.

In 1984 Cheran joined the staff of the *Saturday Review*, an English language weekly that was known for its stand on press freedom, and fundamental rights and justice for minorities. As a poet and a political journalist, Cheran refused to align himself with any of the several Tamil militant groups that were active in Jaffna at the time. As a result he was harassed both by the Sri Lankan army and, later, by the Liberation Tigers of Tamil Eelam (LTTE). He left for the Netherlands in 1987 where he completed a Masters degree in Development Studies. Returning to Colombo two and a half years later, he helped to start the Tamil newspaper, *Sarinihar*, published by the Movement for Inter-Racial Justice and Equality. He was advised to leave the country yet again, in 1993. Cheran went to Toronto, Canada where he completed his PhD. He is now an Associate Professor in the Department of Sociology at the University of Windsor in Ontario,

Canada. His academic interests focus on the study of ethnicity, identity, migration and international development. Side by side with his academic career, he has continued to write his poetry and to contribute to literary and political journals.

Cheran's early poems, 1975-2000 were collected under the title *Nii Ippozhudhu Irangum Aaru* (The River into Which You Now Descend) (Nagercoil: Kalcchuvadu, 2000). This was followed by *Miindum Kadalukku* (Once Again the Sea) (Nagercoil: Kalachuvadu, 2004) and *Kaadaatru* (Forest-Healing) (Nagercoil: Kalachuvadu, 2011). In addition to these books, he co-edited, along with three others, a landmark anthology of Tamil political poetry, *Maranatthul Vaazhvoom* (We Will Live Amidst Death) (Coimbatore: Vidiyal, 1985). Some of his most recent academic publications include *The Sixth Genre: Memory, History and the Tamil Diaspora Imagination* (Colombo: Marga Institute, 2001); *History and the Imagination: Tamil Culture in the Global Context*, co-edited with Darshan Ambalavanar and Chelva Kanaganayakam (Toronto: TSAR publications, 2007); *New Demarcations: Essays in Tamil Studies*, co-edited with Darshan Ambalavanar and Chelva Kanaganayakam (Toronto: Canadian Scholars' Press, 2008) and *Pathways of Dissent: Tamil Nationalism in Sri Lanka* (ed.) (New Delhi: Sage, 2009).

LAKSHMI HOLMSTRÖM is a writer and translator. She has translated short stories, novels and poetry by the major contemporary writers in Tamil. Her most recent books are *Fish in a Dwindling Lake*, a translation of short stories by Ambai (New Delhi: Penguin India, 2012); *A Second Sunrise: Poems by Cheran*, translated and edited by Lakshmi Holmström & Sascha Ebeling (New Delhi: Navayana, 2012); *The Rapids of a Great River: The Penguin Book of Tamil Poetry* (New Delhi: Penguin India, 2009), of which she is a co-editor; and *The Hour Past Midnight* (New Dehli: Zubaan, 2009), a translation of a novel by Salma. Her translations of poetry by Tamil women, *Wild Girls, Wicked Words*, is forthcoming. In 2000 she received the Crossword Book Award for her translation of *Karukku* by Bama (2nd edn. New Dahli: OUP, 2012); in 2007 she shared the Crossword-Hutch Award for her translation of Ambai's short stories, *In a Forest, a Deer* (New Dehli: OUP, 2006); and she received the Iyal Award from the Tamil Literary Garden, Canada, in 2008. She is one of the founding trustees of SALI-DAA (South Asian Diaspora Literature and Arts Archive).

SASCHA EBELING is Associate Professor of Tamil and South Indian Studies in the Department of South Asian Languages and Civilizations at the University of Chicago, USA. Before moving to Chicago, he taught at the Institute of Indology and Tamil Studies at the University of Cologne, Germany, from which he also holds a PhD in Tamil literature. He is the author of *Colonizing the Realm of Words: The Transformation of Tamil Literature in Nineteenth-Century South India* (New York: SUNY Press, 2010) and essays on pre-modern and modern Tamil literature. He is currently writing a book on contemporary Tamil literature from a global perspective.

Also available in the Arc Publications
'VISIBLE POETS' SERIES (Series Editor: Jean Boase-Beier)

No. 1 – MIKLÓS RADNÓTI (Hungary)
Camp Notebook
Translated by Francis Jones, introduced by George Szirtes

No. 2 – BARTOLO CATTAFI (Italy)
Anthracite
Translated by Brian Cole, introduced by Peter Dale
(Poetry Book Society Recommended Translation)

No. 3 – MICHAEL STRUNGE (Denmark)
A Virgin from a Chilly Decade
Translated by Bente Elsworth, introduced by John Fletcher

No. 4 – TADEUSZ RÓZEWICZ (Poland)
recycling
Translated by Barbara Bogoczek (Plebanek) & Tony Howard,
introduced by Adam Czerniawski

No. 5 – CLAUDE DE BURINE (France)
Words Have Frozen Over
Translated by Martin Sorrell, introduced by Susan Wicks

No. 6 – CEVAT ÇAPAN (Turkey)
Where Are You, Susie Petschek?
Translated by Cevat Çapan & Michael Hulse,
introduced by A. S. Byatt

No. 7 – JEAN CASSOU (France)
33 Sonnets of the Resistance
With an original introduction by Louis Aragon
Translated by Timothy Adès, introduced by Alistair Elliot

No. 8 – ARJEN DUINKER (Holland)
The Sublime Song of a Maybe
Translated by Willem Groenewegen, introduced by Jeffrey Wainwright

No. 9 – MILA HAUGOVÁ (Slovakia)
Scent of the Unseen
Translated by James & Viera Sutherland-Smith,
introduced by Fiona Sampson

No. 10 – ERNST MEISTER (Germany)
Between Nothing and Nothing
Translated by Jean Boase-Beier, introduced by John Hartley Williams

No. 22 – FERNANDO KOFMAN (Argentina)
The Flights of Zarza
Translated by Ian Taylor, introduced by Andrew Graham Yooll

No. 23 – LARISSA MILLER (Russia)
Guests of Eternity
Translated by Richard McKane, introduced by Sasha Dugdale
(Poetry Book Society Recommended Translation)

No. 24 – ANISE KOLTZ (Luxembourg)
At the Edge of Night
Translated by Anne-Marie Glasheen, introduced by Caroline Price

No. 25 – MAURICE CARÊME (Belgium)
Defying Fate
Translated by Christopher Pilling, introduced by Martin Sorrell

No. 26 – VALÉRIE ROUZEAU (France)
Cold Spring in Winter
Translated by Susan Wicks, introduced by Stephen Romer
(Short-listed, Griffin Poetry Prize, 2010 &
Oxford-Weidenfeld Translation Prize, 2010)

No. 27 – RAZMIK DAVOYAN (France)
Whispers and Breath of the Meadows
Translated by Arminé Tamrazian, introduced by W. N. Herbert

No. 28 – FRANÇOIS JACQMIN (Belgium)
The Book of the Snow
Translated by Philip Mosley, introduced by Clive Scott
(Short-listed, Griffin Poetry Prize, 2011)

No. 29 – KRISTIINA EHIN (Estonia)
The Scent of Your Shadow
Translated by Ilmar Lehtpere, introduced by Sujata Bhatt
(Poetry Book Society Recommended Translation)

No. 30 – META KUŠAR (Slovenia)
Ljubljana
Translated by Ana Jelnikar & Stephen Watts,
introduced by Francis R. Jones

No. 31 – LUDWIG STEINHERR (Germany)
Before the Invention of Paradise
Translated by Richard Dove, introduced by Jean Boase-Beier

No. 32 – FABIO PUSTERLA (Switzerland)
Days Full of Caves and Tigers
Translated by Simon Knight, introduced by Alan Brownjohn

No. 33 – LEV LOSEFF (Russia)
As I Said
Translated by G.S. Smith, introduced by Barry P. Scherr

No. 34 – ANTONIO MOURA (Brazil)
Silence River
Translated by Stefan Tobler, introduced by David Treece

No. 35 – Birhan Keskin (Turkey)
& Silk & Love & Flame
Translated by George Messo, introduced by Amanda Dalton